நாடோடி மன்னன்

ரூப்பேஷ்

Copyright © Rupesh
All Rights Reserved.

This book has been published with all efforts taken to make the material error-free after the consent of the author. However, the author and the publisher do not assume and hereby disclaim any liability to any party for any loss, damage, or disruption caused by errors or omissions, whether such errors or omissions result from negligence, accident, or any other cause.

While every effort has been made to avoid any mistake or omission, this publication is being sold on the condition and understanding that neither the author nor the publishers or printers would be liable in any manner to any person by reason of any mistake or omission in this publication or for any action taken or omitted to be taken or advice rendered or accepted on the basis of this work. For any defect in printing or binding the publishers will be liable only to replace the defective copy by another copy of this work then available.

1

சேதத்துடன் தென்னிந்திய பெருங்கடலில் தத்தளிக்க பட்டுக் கொண்டிருந்த அந்தக் கப்பலை எவ்வளவோ போராடிப் அரபிக் பெருங்கடலுக்கு கொண்டு செல்ல முயற்சி செய்-தனர் அந்தப் போர் வீரர்கள் கடல் சீற்றத்தாலும் வீரர்-களின் தாக்கத்தினாலும் பெரும் சேதத்திற்கு உட்பட்டிருந்த அந்த கப்பல் தட்டுத்தடுமாறி இந்திய பெருங்கடலுக்கு அருகில் வந்து அடைந்தது. இந்துஸ்தான் எல்லைக்கு வந்-தடைந்த அந்தக் கப்பலை பார்த்து தென் தமிழக மீன-வர்கள் அதனை அந்நிய நாட்டு போர்க்கப்பல் என்றே நினைத்தனர் அருகில் செல்லச் செல்ல கப்பல் சேத-மடைந்து இருப்பதையும் கண்டறிந்தனர் அந்த கப்பலை கண்டு அந்த மீனவர்களுக்கு ஒன்றுமே புரியாமல் தடுமா-றினர்.

காரிருள் மேகங்கள் சூழ்ந்து இருந்தே கதிரவனும் தனது தர்மத்தை நிறைவு செய்து கொண்டு இருந்த அந்த வேலை கப்பலை அந்த இடத்திலேயே விட்டுவிட்டு செல்வதற்கு அவர்களுக்கு மனமில்லை. தங்களது தங்களது சிறிய படகின் மூலம் அதனை மீட்க முயற்சி செய்தனர் கப்பலின் எடை மிகையால் அதனை மீட்க முடியாததால் சென்றனர் சென்ற மீனவர்கள் அதற்குள் இருந்ததை கண்டு அதிர்ந்து போயினர். உயிருக்குப் போராடிய நிலையில் அக்கப்ப-லில் இருந்த 8 மேலைநாட்டவர்கள் வசதி மிக்க குடும்-பத்தை சேர்ந்தவர்கள் போல் தோற்றமளித்தது பெண்கள் உள்பட 3 பேர் மட்டும் உயிருஇக்கு போராடிக் கொண்-டிருந்தனர். உயிருக்கு போராடியவர்களை மட்டும் மீட்டு

அருகில் உள்ள துறைமுகம் கொண்டுவந்தனர் மருத்துவ-மனைக்கு கொண்டு செல்ல திட்டமிட்டனர் ஆனால் அந்-தப் பெண்ணோ மயக்கத்தில் இருந்தபடியே ஐயனே வேண்-டாம் மருத்துவமனைக்கு வேண்டாம் இங்கேயே சிகிச்சை செய்யலாம் என்று மெல்லிய குரலில் கூறினால் அந்த மேலைநாட்டுப் பெண். அவள் பேசியதை கண்டித்து தமிழக மீனவர்களை அதிர்ந்து போயினர் ஒரு மேலைநாட்டு பெண்ணா இவ்வளவு தூய்மையாய் தமிழ் பேசுகிறாள் என்று அவர்களுக்குள்ளேயே வினவின் கொண்டிருந்தனர்.

யார் அம்மா நீ இன்று நாம் மேலை நாட்டுப் பெண்ணை பார்த்து மீனவர்கள் வினவ பதில் கூறுவதற்கு முன்பாகவே அவர் மயங்கி விட்டால். உடனே கிராமத்தி-லிருந்த மருத்துவத்திற்கு தகவல் தெரிவித்து மருத்துவத்தை-யும் அங்கே வந்து அப்பெண்ணை பரிசோதனை செய்ததில் அவர் இறந்தது அறிய வந்தது யார் அந்த மேலைநாட்டு பெண் அவள் எப்படி இவ்வளவு தூய்மையாக தமிழ் பேசு-கிறாள் என்று ஆரம்பத்திலேயே அன்று இரவு கடந்தது. மறுநாள் காலையில் கதிரவன் தனது பணியைத் தொடங்-குவதற்கு முன்பாகவே அவர்கள் காதுகளுக்கு வந்தடைந்த ஆட்சியை கேட்டு அவர்கள் மட்டுமன்றி உலகமே அழிந்து போயின போயின. " The British Empire is back we are going to rule the world world again " அன்று உலகம் முழுவதும் பேசப்பட்ட ஆட்சியை கேட்டு உலகமே வியப்பில் இருந்தன. அப்போது அந்த மீனவர்-களின் படகில் இருந்து ஒரு பெண் ஜோ ஜோ என்று மெல்லிய குரல் கூறினால் அப்பக்கம் சென்ற தமிழகத்-தைச் சேர்ந்த பெண்ணே ஏ பெண்ணே யார் நீ? எங்-கிருந்து வந்து இருக்கிறாய் என்று அந்த இளம்பெண் வினவ. அந்த மேலைநாட்டு பெண்ணோ நான் தமிழகத்-திலோ அல்லது இலங்கையிலோ வா ஆம் இது தமிழகம்-தான் நீ யார் என்று என்று அந்த மீனவப் பெண் வினவ அதற்கு அந்த மேலைநாட்டு பெண்ணோ எனது பெயர் அவளின் அஞ்சலினா ஆகும் எனது தாய்நாடு இங்கி-

லாந்து லண்டன் ஆகும் தமிழகத்தை சார்ந்த மதராஸில் பிறந்த அசோக் என்பவரை நான் காதலித்து திருமணம் செய்து கொண்டேன் என்று மெல்லிய குரலில் கூறினாள். இவர்களது உரையாடலின் போது அங்கு வந்த அப்பகுதியைச் சார்ந்த ஜோசப் மீனவர் ஆக்கியவர் என்னம்மா நீங்க நலமா என்று நலம் என்று நலம் விசாரித்தது உடன் இங்கே எப்படி என்று ஜோசப் வினவ அதற்கு எவ்ளின் இஇம்ம்..... என்ற படியா அங்கைய மயங்கி விழுந்தாள். எவ்ளின் இன் மெல்லிய குரலில் இருந்த சோதனை கண்டு ஜோசப்பும் அவரின் நிலையை அறிந்து கொண்டு தனது வீட்டிற்கு அழைத்துச் சென்றான்.

எவ்ளின் ஐ வீட்டிற்கு அழைத்துச் சென்ற ஜோசஇப் யார் நீங்கள் நேற்று இரவு உங்களை தாக்கியது யார் என்று வினவினார் அதற்கு எவ்ளின் வோ ஆம் நேற்று இரவு எங்களை தாக்கியது இங்கிலாந்தைச் சார்ந்த போர்க்கப்பல் ஆனால் அதிலிருந்த வீரர்களோ பிரெஞ்சு ஆளுகைக்கு கீழ் உட்பட்ட போர்வீரர்கள் என்று எவ்ளின் கூற. அங்கிருந்த செய்தித்தாள்களின் கண்ணுக்கு தென்பட்டது உடனே அதை எடுத்து அவளின் அன்றைய செய்தியை கண்டு வியப்படைந்தார் ஆம் அச்செய்தி இது தான் " again the sun is started to shine in British Empire " ஐயோ என்ன நடக்க கூடாது நடக்க கூடாது என்று நினைத்தேனோ அதுவே நடந்து விட்டதே என்று மெல்லிய குரலில் கூறியபடியே மயங்கினாள் எவ்ளின். எவ்ளின் இன் நிலையை கண்ட ஜோசப் மனிதாபிமானத்தின் அடிப்படையில் மருத்துவச்சியை அழைத்து அவளுக்கு சிகிச்சை அளிக்க கூறிவிட்டு தனது பணிக்கு திரும்பினான் ஜோசப். என்ன ஒன்றுமே புரியாத புதிராக இருக்கிறதே என்று நினைத்தபடியே தனது படகை கடையை நோக்கி செலுத்திய ஜோசப்புக்கு கடலில் இருந்த அதிர்ச்சி அவனை மேலும் குழப்பத்திற்கு ஆளாக்கியது ஆம் அவன் தனது தூண்டிலை கடலில் ஓட்டை வழியே நேற்று இரவு வந்த கப்பலை நோக்கி தனது படகைச் செலுத்தினான்

அக்கப்பலில் இருந்த காட்சியை கண்டு அவனும் வியப்பின் உச்சத்திற்கே சென்று விட்டான் ஆம் ஆம் கப்பலை இந்திய கடற்படை போர் வீரர்கள் உள்ளே சென்று கப்பலில் இருந்தவர்களையும் மற்றும் பரிசோதித்து கொண்டிருந்தனர் இந்தியர்கள் இந்த கப்பலை மீட்க வந்திருக்கின்றனர் என்று நினைத்தபடியே உள்ளே சென்றான் ஆனால் அங்கு நடந்ததோ தலைகீழாய் இருந்தது. அவர்களோ தான் நமது வேலை சுலபமாகி விட்டது என்று கூறினர் உடனே இதனைப் புரிந்துகொண்ட ஜோசப் இவர்கள் கப்பலை மீட்க வரவில்லை இவர்களும் கப்பலை கொள்ளையடிக்க தான் வந்திருக்க வேண்டும் எனது தனது நெஞ்சில் நினைத்தபடியே என்ன நடக்கிறது என்பதை பொறுத்திருந்து பார்ப்போம் என்று அங்கேயே பருகிக் கொண்டிருந்தான்.

அப்பொழுது அங்கிருந்த வீரர்கள் பிணங்கள் திருப்பி திருப்பி பார்த்துக் கொண்டிருந்தனர் அப்போது அதிலிருந்த ஒரு பெண்ணோ மெல்லிய குரலில் " where is she " என்று வினவினார் அப்போது அங்கே வந்த ஒரு போர்வீரர் ஓ அவளை தூக்கி கடலில் வீசி எறிந்தான் உடனே அங்கு கப்பலுக்கு கீழே ஒரு படகில் காத்திருந்த ஒருவனும் அப்பெண்ணை தனது படகில் ஏற்றிக்கொண்டு அங்கிருந்து உடனே புறப்பட்டு விட்டான். இதனைக்கண்ட ஜோசப் என்ன நடக்கிறது என்று புரியாமல். வியப்பின் உச்சிக்கே சென்று விட்டு தனது படகுக்கு திரும்பி தனது வீட்டிற்கு புறப்பட ஆயத்தமானான் படக்கும் சிறிது தூரம் ஓடின அந்த அமைதியாய் நிலைகொண்டிருந்த கடலில் டமால் டமால் என்ற சத்தம் வந்தது அதைக் கேட்டவுடன் ஜோசப்புக்கு ஒரு நொடி திக்கென தூக்கிவாரிப்போட்டது. என்ன நடந்தது என்றே அக்கா கப்பலை திரும்பிப்பார்த்தான் ஜோசப் அப்போதுதான் அவனுக்கு தெரிகிறது அந்த வீரர்கள் அங்கு வந்தது அக்கப்பலை மீட்பதற்கு அல்ல காப்பாளை அழிப்பதற்கு என்று. ஆம் அந்த கடற் படைவீரர்களும் அக்கப்பலை குண்டுவைத்து தாக்கினர் இதனை கண்ட ஜோசப் தனது படகை விரைந்து தனது கிரா-

மத்தை நோக்கி செலுத்தினான். தனது வீட்டிற்கு வந்தவு-
டன் ஜோசப் கடலில் நடந்ததை பற்றி தனது மனைவியுடன்
கூறினால் உடனே அவளின் இருந்த இடத்தை நோக்கி
விறுவிறுவென நடந்து வந்தாள் நடந்து வந்த பெண்ணே
உன்னால் என் கணவரின் உயிரை என்று எழுந்திருப்-
பார் யார் நீ எதற்காக இங்கே வந்தால் முன்னால் எங்கள்
வாழ்வில் நாங்கள் நிம்மதியை இழந்து விடுவோம் போலி-
ருக்கிறதே உடனே இங்கிருந்து புறப்படு என்று கூறியபடி
அவளது கையைப் பிடித்து இழுத்தாள் உடனே அங்கு
வந்த அந்த மருத்துவச்சி ஏ பெண்ணே உனக்கு இரக்-
கமே இல்லையா ஒரு கர்ப்பிணிப் பெண்ணை இப்படி நடத்-
துவாய் என்று அவள் வினவியது கேட்டவுடன் ஜோசப்-
பும் அவனது மனைவியும் வியந்து பார்த்தனர் எவ்ளிஞ்ஜ.
உடனே ஜோசப் அவளின் அருகில் சென்று கடலில்
நடந்ததைப் பற்றி கூறினான். மறுபுறம் வீரர்கள் நாள்
தூக்கி எறியப்பட்ட அப்பெண்ணை அழைத்துச் சென்ற
அந்த வீரன் அரபிக் பெருங் கடலில் நிலை கொண்டுள்
இலட்சத்தீவுகள் அவளை கொண்டு சென்றான். அவளின்
நிலையை அறிந்த அந்த வீரன் அவளுக்கு சிறிது மருத்-
துவ உதவிகளை செய்த உடன் பெண்ணே யார் நீ என்று
வேணாவினான்.

அதற்கு அப்பெண்ணும் "why you take me to
here where is why you taken me to hear
where is she" என்று தமிழ் தெரியாததுபோல் ஆங்கி-
லத்திலேயே வினவினாள். இதைக் கேட்ட அந்த வீரனும்
உனக்கு தமிழ் தெரியும் என்பதை நான் அறிவேன் எஸ்தேர்
எதற்காக இப்பொழுது ஆங்கிலத்தில் உளறுகிறாய் என்று
கூறியதுடன் நீ யார் என்று எனக்கு தெரியும் எஸ்தர்
என்றான். உடனே அப்பெண்ணும் நானே ஸ்டார் என்பது
உனக்கு எப்படி தெரியும் யார் நீ என்று அவள் வினவ
அதற்கு அவனோ நான் தான் கவிநிலவன் கதிர்வேல்
எனது தம்பி உங்களை உபசரிக்க உபசரித்து உங்களுக்கு
வேண்டியதை செய்து தரச் சொல்லி எனது அண்ணன்

எனக்கு கூறியுள்ளார் அவரின் ஆசையை நிறைவேற்றுவ-
தற்கு நான் உங்களை இங்கே தூக்கிக் கொண்டு வந்தேன்
கூறுங்கள் உங்களுக்கு என்ன வேண்டும் நீங்கள் யாரை
தேடிக் கொண்டிருக்கிறீர்கள் உங்களுக்கு என்ன நடக்கிறது
உங்களை தாக்கியது யார் எதற்காக இந்த வேஷம் என்று
அவன் வினவ. அதற்கு இஸ்ரோ உயிரை கையில் பிடித்-
துக் கொண்டு நாங்கள் இங்கிலாந்தில் இருந்து தமிழகத்தை
நோக்கி வந்து இருக்கிறோம் எங்களுக்கு உதவ முன்வந்தது
மிக்க நன்றி என்று கூறினால் மறுபுறமோ எவ்ளின் நடந்-
ததைக் கூற தொடங்கினாள். இருவருமே தங்களது வாழ்க்-
கையில் என்ன நடந்தது என்பதை அவர்களை காப்பாற்றி
அவர்களுடன் கூறத் தொடங்கினர்.

தற்போதைய சென்னை 16ஆம் நூற்றாண்டில் சென்னீ
பட்டினமாக இருந்தது காரம் மற்றும் திரவிய பொருள்களை
தேடி மேலை நாட்டிலிருந்து பலரும் தென் ஆசியா கண்-
டத்திற்கு வந்தடைந்தனர் அதிலிருந்து தற்போதைய இங்-
கிலாந்து அப்போதைய பிரிட்டிஷ் என்னும் பிரிட்டனில்
உள்ள பல தொழிலதிபர்கள் தங்கள் தொழில்களை வளர்த்-
துக்கொள்ள தென்கிழக்கு ஆசிய கண்டத்திற்கு வந்தடைந்-
தனர் ஆனால் அப்போதைய காலகட்டத்தில் பிரான்ஸ் மற்-
றும் போர்ச்சுகல் ஆகிய பல மேலை நாட்டவர்கள் அங்கு
தங்களது கால் தடத்தை பதித்து வணிகம் செய்து கொண்-
டிருந்தனர் அதன் காரணத்தினால் தற்போதைய பிரிட்-
டிஷ் தென் ஆசியா கண்டத்தில் அமைந்துள்ள இந்துஸ்-
தான் எனப்படும் தற்போதைய இந்தியாவை வந்தடைந்தனர்
முதல் வணிகம் செய்யும் நோக்கத்துடன் இருந்தவர்கள்
காலப்போக்கில் அதாவது 17 ஆம் நூற்றாண்டின் இறுதி
மற்றும் 18 ஆம் ஆண்டு தொடக்கத்தில் தங்களது ஆதிக்-
கத்தை செலுத்தினர் பின்னர் அவர்கள் divide and rule
என்றும் பாலிசியில் மொத்த இந்தியாவையும் தங்களது கட்-
டுப்பாட்டிற்குள் கொண்டுவந்து ஆட்சி செய்து கொண்டி-
ருந்தனர்.

அடிமைகளாக பல உள்நாட்டு ஆட்களை தங்களது நிறுவனத்தில் இணைத்துக்கொண்டு அடிமைத்தனம் படுத்-தினர் அப்பொழுது வறுமையின் காரணமாக தற்போதைய ஆற்காடு அன்றைய வட ஆற்காடு நவாபின் ஆளுகைக்கு கீழ் இருந்தது அந்த கிராமத்தில் வறுமை கோட்டிற்குக் கீழ் இருந்த ஒருவன் தனது குடும்பம் ஒரு நடுத்தர குடும்பத்தை போலவும் செயல்படாத தெய்வம் நீ தான் சென்னைக்கு வேலை தேடி வந்தனர் சென்னைக்கு வேலை தேடி வந்த பல இளைஞர்கள் அவனும் ஒருவன் எப்படியோ பிரிட்டிஷ் ஆட்சிக்கு உட்பட்டிருந்த அப்போதைய சென்னிப் பட்டி-னத்தில் தன்னை இணைத்துக் கொண்டு அவர்களது பணி இராணுவத்தில் இணைந்து ஒரு போர் வீரனாக பணியாற்-றிக் கொண்டிருந்தான் அவன் ராணுவத்தில் இணைந்த ஒரு சில ஆண்டுகளிலேயே தமிழகத்திலிருந்து இங்கிலாந்திற்கு பணியமர்த்தம் செய்யப்பட்டான் அப்போதைய காலகட்டத்-தில் இப்போது Russia எனப்படும் அப்போதைய ssr கும் பிரெஞ்ச் ஆளுகைக்கு உட்பட்டு இருந்த நெப்போலியன் படையும் மோதிக் கொண்டிருந்தனர். பிரெஞ்சு படையை வழி நடத்திச் சென்ற நெப்போலியன் தனது படையை விரிவாக்கம் செய்வதற்காக பிரிட்டனுடன் பேச்சுவார்த்தை செய்துகொண்டிருந்தான் இருவரும். செய்து கொண்ட ஒப்-பந்தத்தின் அடிப்படையில் பணியில் இருந்து சில ஆட்-களை தனது படையுடன் இணைத்துக்கொண்டு சோவியத் யூனியனுடன் ஓசை நெப்போலியன் முன்வந்தான். தனது வீரர்களை இழக்கத் தயாராக இல்லாத பிரிட்டன் இந்தியா மற்றும் வேறு சில நாடுகளிலிருந்து அடிமைகளாக இங்கி-லாந்து கொண்டு வந்த ஆட்களை நெப்போலியன் படை-யில் சேர வைத்தன. நெப்போலியனின் படையில் சேர்ந்த சிலவற்றுள் தமிழகத்தை சார்ந்த அசோகனும் ஒருவன். நாளை முதல் நாள் போர் தொடங்க இருப்பதன் கார-ணத்தினால் இன்று இரவு தனது படையினை தயாராக இருக்கும்படி நெப்போலியன் தனது வீரர்களிடம் கூறினான். தமிழகத்தில் இருந்து கொண்டு செல்லப்பட்ட வீரர்களில்

தலைமை தாங்கிய ஒருவன் என்ன பண்ணுவது எல்-லாம் நம் தலைவிதி இவர்களிடம் மாட்டிக்கொண்டு இப்படி பாடாய்படுத்தும் நம்மை யார்தான் காப்பாற்ற போகிறார்-கள் என்று அசோகன் இடம் புலம்பிக்கொண்டு இருந்-தார் இதனைக்கேட்ட அசோகன் அடேய் யாருடா நீ. நம்மளுக்கு இவ்வளவு சலுகை செய்து கொடுத்திருக்கும் இந்நாட்டிற்கு நாம் இதை செய்ய கடமைப்பட்டிருக்கிறோம் நாம் நம் உயிரையும் விட தியாகம் செய்ய வேண்டும் என்று கூறினான் அசோகன். அடியே பாலகா யார் நீ உன் பெயர் என்ன எங்கிருந்து வந்திருக்கிறாய் யாருக்கு யார் அடிமை நாம் இவர்களுக்கு அடிமையா?. ஐயா நமக்கு செல்வத்தையும் கொடுத்து உணவையும் அளித்து இருக்க இடமும் கொடுத்து இவ்வளவும் செய்து கொடுக்கிறார்களே இவர்களுக்கு நாம் இதை விட வேறு என்ன செய்ய வேண்டும் என்று வினவினான் அசோகன் இதனை கேட்ட அவர் ஆஹாஹா என்று சிரித்தபடியே சிறிது ஆழ்ந்த சிந்தனை அழைத்துச் சென்றார். என்ன நான் கூறியது சரிதானே பதில் கூறாமல் அமர்ந்துகொண்டு இருக்கிறீர்-களே என்ன பதில் கூறுங்கள். கூறுகிறேன் கேளடா எனது பெயர் கதிர்வேலன் எனது தேசம் வட ஆசிய கண்டத்-தில் அமைந்துள்ள இந்துஸ்தான் என் நின்றதோ வீரமிக்க தமிழ்நாடு என்ன வளம் இல்லை என் நாட்டில். உலகம் உருண்டை என்று தமிழகத்தை விட்டு கூட வெளியே வராத அன்றே கணித்த எனது திருவள்ளுவரின் வாக்கு பொய்யா இல்லை. இன்றைய அறிவியலை அறிந்து கல்-லணையை கட்டிய என் சோழ தேசத்து இளவரசன் கரி-கால சோழனின் அறிவியல் தான் பொய்யா யாரிடம் எதை பேசுகிறோம் என்று அறிந்து தான் பேசுகிறாயா கூறுவதற்கு முன் யோசித்து பார் யாருக்கு யார் அடிமை அவர்கள் பணம் கொடுக்கிறார்கள் என்பதற்காக அவர்களுக்கு சாத-கமாக எதையும் பேசாதே இவர்களுடன் சேர்ந்து தினால் புதிய மங்கி விட்டதா என்று சினம் கொண்டபடியே அங்-கிருந்து சென்றார்.

அன்று இரவு முழுவதும் கதிர்வேல் கூறி அதனைக் கேட்ட அசோகனுக்கு மனம் குறுகுறுத்தது. நாம் எதற்காக இவர்களுடன் படையில் இணைந்து இவர்கள் நாட்டிற்காக சண்டை போடவேண்டும் நம் நாட்டிற்காக அல்லவா பாடு-படவேண்டும் இவர்களை நாட்டிற்காக எதற்கு பாடுபட-வேண்டும் என்று சிந்தித்தபடி அவன் அன்று இரவு முழு-வதும் கழித்தான் அவரை பார்த்து மன்னிப்பு கேட்க வேண்டும் என்று நினைத்தபடியே அன்று இரவைக் கழித்-தான். மறுநாள் காலை தனது பணிக்குச் செல்வதற்கு முன்பாகவே கரிகாலனை சந்தித்து மன்னிப்பு கேட்க-வேண்டும் என்று அவர் இருக்கும் அறைக்கு சென்றான். அறைக்குள் கதிர்வேலனின் நெப்போலியன் படை தளபதி-யும் மேற்கொண்டிருந்தனர் கேட்டு அதிர்ச்சி அடைந்தான் ஆம் இதுதான் அச்செய்தி " என் நாட்டிலிருந்து இங்கு அழைத்து வந்த வீரர்கள் எனக்கு படவில்லை மேலும் சில வீரர்களை எனது நாட்டிலிருந்து இங்கே அழைத்து வாருங்-கள் அப்போதுதான் நம்மால் இப்போது கொண்டு எதிர்-கொள்ள முடியும்" என்று அவர் நெப்போலியனின் படைத் தளபதியிடம் கூறி அதனை கண்டு அதிர்ந்து போனான் நம்முடனே நல்லவன் போல் நடித்து விட்டு நம்மை ஏமாற்-றுகிறார் நேற்று இரவு நம்மை நாட்டிற்காக பாடுபடுவது போல் அங்கு நம்மை ஏமாற்றி விற்று இன்று இவர்க-ளுக்கு வக்காலத்து வாங்குகிறேன் அவனுக்கு வெட்கமாக இல்லையா என்று சிந்தித்துக் கொண்டிருந்தான் அசோகன். நெப்போலியனின் தளபதி வெளியே சென்றவுடன் அசோ-கனும் விருவிருவென உள்ளே சென்று அடேய் உனக்கு என்ன புத்தி மங்கி விட்டதா ஏன் இந்த நாடகம் இந்த பொழப்புக்கு நாண்டுகிட்டு சாகலாம் என்று கூறினான் அசோகன். அசோகன் எதைக் கூற வருகிறான் என்பதை புரிந்து கொண்ட கதிர்வேல் நான் என்ன கூற வருகி-றேன் என்பதை நிதானமாக கேள் இவர்களை இவர்க-ளின் நாட்டிலேயே எதிர்ப்பதற்காக தான் நான் இங்கே படையை திரட்டிக் கொண்டிருக்கிறேன் அப்பொழுதுதான்

இவர்களை வெல்ல முடியும் இவர்கள் நம் நாட்டில் நம்-மால் வெல்ல முடியாது ஏனென்றால் நமது நாட்டில் உண்டு ஒருவன் வெளியே வரும் பொழுது தான் நம் நாட்டி-னுடைய அருமையை அவன் புரிகிறாது. நான் நெப்-போலியனின் படைகளை ஆற்றலை சேர்ப்பதற்காக நம் மாற்ற இங்கு கொண்டு வரச் சொல்லவில்லை அவனி-டம் நான் அவரிடம் கூறியது அவர்களை எதிர்ப்பதற்காக நான் மறைமுகமாக படையைத் திரட்டிக் கொண்டு இருக்-கிறேன் இதை புரிந்து கொள்ளாமல் இப்படி செய்கிறாயே மேலும். நான் சோவியத் யூனியனுடன் தொடர்பு வைத்-துக் கொண்டிருக்கிறேன் இவர்களுடன் இருந்து அவர்களை எதிர்ப்பது போல் அவர்களுக்கு இவர்களின் வியூகங்களை தெரிவித்துக் கொண்டு தான் இருக்கிறேன். எனது நோக்கம் அனைத்தும் நம் நம் மக்களிடம் நம் நாட்டின் பெருமை கூறுவது மட்டுமின்றி நம் நாட்டை ஒற்றுமையாக வைத்துக் கொண்டிருப்பது தான் எனது நோக்கம் என்று கூறினான் கதிர்வேலன்.

அன்று மாலை வீரர்களை காணவந்த தளபதி யாருடன் அந்நாட்டு இளவரசியும் வந்திருந்தால் இளவரசி கண்-டதுடன் அசோகனுக்கு இளவரசியும் இது ஏதோ ஒரு மோகம் கொண்டான். அன்று இரவு யாருக்கும் தெரியாமல் இளவரசியின் அறைக்குச் சென்று இளவரசியின் செயல்-களை நோட்டமிட்டான் அசோகன். ஆம் அதுதான் எங்-கள் முதல் சந்திப்பு என்னை என்னை காண வந்த அன்-றிரவே அவரோ ஒரு காகிதத்தில் தனது மனதில் இருந்த அனைத்தையும் எழுதி ஜன்னல் வழியாக எனது அறைக்-குள் வீசி விட்டு சென்று விட்டார். எனக்கோ தாய் தந்தை இருவரும் நாட்டின் மீது கொண்ட தேசாபிமானத்தல் நான் இருப்பதையே மறந்து விட்டார்கள். அவர காகிதத்-தில் எழுதி இருந்த வரிகளை கண்டு நானே மயங்கிவிட்-டேன் ஆம் இதுதான் அந்த வரிகள்.

என்னை உன் வயிற்றில் சுமக்க,

ஒரு கன்னத்தில் அறைந்தால்,

மறு கன்னத்தையும் காட்டுவேன்,
அது உன் காதலாக இருந்தால் மட்டும்,
ஏழு ஜென்மத்திலும் நம் காதல் நிலைக்க,
இப்பிரபஞ்சத்தின் வரம் காதல் என்றும்,
அறிவும் இல்லை முடிவும் இல்லை என்று.

இதை படித்தவுடன் நானே என்னை மெய் மறந்து விட்-
டேன். யார் அவர் எப்படி இருப்பார் இன்று அவரைப் பற்-
றிய மோகமே என்னை அன்று இரவு முழுவதும் சூழ்ந்து
இருந்தது. அவரைக் காண நான் ஒரு திட்டம் தீட்டி-
னேன். மறுநாள் இந்திய வீரர்கள் போர் பயிற்சி நிறைவு
செய்து தங்களது கூடாரத்திற்கு செல்லும் பொழுது நான்
அங்கே சென்று அமர்ந்து இருந்தேன். அப்போது கூட்டத்-
தில் இருந்த ஒருவர் ஓ என்னை நோட்டம் விடுவது என்
தோழி என்னிடம் கூறினாள்.

அவரை எப்படியாவது தனியாக சந்திக்க வேண்டும்
என்று எண்ணி அவரை மட்டும் தனியாக அழைத்து
வரும்படி எனக்கு தோழியிடம் கூறினேன் அவளும் அந்த
வீரர்கள் இருக்கும் இடத்திற்குச் சென்று அவரைத் தனி-
யாக அழைத்துக் கொண்டு வந்தாள். பின்னர் என் தோழி-
யுடன் நான் அவரிடம் சிறிது நேரம் தனியாக பேச வேண்-
டும் என்று கூறியவுடன் அவளும் அந்த இடத்தை விட்டுச்
சென்று விட்டார் அவர் அவ்விடத்தை விட்டுச் சென்ற-
வுடன் அவரின் கைகளில் ஏதோ ஒரு பதற்றம் இருந்-
தது. நானும் சிரித்தபடியே இன்றைய தேவை எனக்கு
கொடுக்க என்ன கொண்டு வந்திருக்கிறீர்கள்? இவ்வளவு
அழகாக தமிழ் பேசுகிறீர்களே நீங்கள் யாரம்மா? என்
பெயர் எவ்ளின் இன் நாட்டின் இளவரசியை ஆவேன்
எனக்கும் தமிழ் எழுத படிக்க பேச தெரியும். சரி கூறி
எனக்கு கொடுப்பதற்காக நீ என்ன கொண்டு வந்திருக்கி-
றாய்? அய்யோ தங்களுக்கு கொடுக்கும் அளவிற்கு என்-
னிடம் ஒன்றும் இல்லை அம்மா. ஆம் நான் அறிவேன்
என்னிடமிருந்து நீ எதை கொண்டு சென்றாயோ அதையே
என்னிடம் திருப்பி கொடு. என்ன தங்களிடமிருந்து நான்

கொண்டு சென்றனா? எதைக் கொண்டு சென்றேன்? எங்கு கொண்டு கொண்டு சென்று? நீங்கள் என்ன கூற வரு‌கிறீர்கள் என்று எனக்கு? போதும் போதும் நேற்று இரவு எனது படுக்கை அறையில் யாரோ ஒரு காகிதத்தை விட்‌டுவிட்டு சென்று விட்டனர் அதை வைத்தது யார் என்று எனக்கு தெரியவில்லை அவரை கண்டுபிடிப்பதற்காக தான் நான் உன்னை அழைத்து வரச் சொன்னேன் அது நீயாக இருக்காதே என்று எனக்கு இப்போது தெளிவாக புரிகி‌றது சரி விடு நான் செல்கிறேன். என்ன காகிதம் அம்மா யார் வைத்தது அது என்னவென்று தான் பார்க்கலாமா. வேண்டாமே வேண்டாம் வைத்தவர்களை நான் கண்டு‌பிடித்து விட்டேன் நீ விடு இனிமேல் நடக்க வேண்‌டியதை நான் பார்த்துக்கொள்கிறேன். யார் அம்மாவே நான் அறிந்து கொள்ளலாமா? சரி அதெல்லாம் இருக்‌கட்டும் உன் சட்டைப் பையில் வைத்துக் கொண்டிருக்‌கிற ரோஜாவை இன்று இரவே யாருக்கு கொடுப்பதற்காக கொண்டு செல்கிறாய்? அது அது அது வந்து அது......... ஐயனே இதை வைத்தது நான் மிகப் பெரும் தவறு இழைத்து விட்டேன் என்னை விட தாங்கள் மிகப்பெரும் உயர்ந்த இடத்தில் இருப்பவர் உங்களை நான் கனவில் கூட நினைத்து பார்க்க கூடாது இருந்தபோதும் நான் தவறு செய்துவிட்டேன் என்னை மன்னித்து விடுங்கள் அம்மா ஏதோ தவறு நடந்து விட்டது இனிஇது போல் நடக்‌காது யாரிடமும் குறாதீர்கள் என்னை மன்னித்து விடுங்கள். " இன்று அவரது உடல் பதற்றம் அடைந்தது ". அய்‌யனே ஏன் இந்த பதற்றம் எதற்காக இவ்வளவு பதற்றப் படுகிறீர்கள். என்ன தாயே இது நீங்கள் போல் என்னை ஐயனே என்று மரியாதையுடன் கூறுகிறீர்களே வேண்டாம் நான் ஒரு சராசரி போர்வீரன் தான் இவ்வளவு மரியாதை எனக்கு வேண்டாம் தாயே. ஐயனே ஐயனே என்று ஒரு பெண் அவரை கூறுவார் என்பதனை நான் உங்களுக்கு விளக்கம் அளிக்க வேண்டாம் என்று நினைக்கிறேன். சரி சரி யாராவது பார்த்து விட போகிறார்கள் நேரம் வேற

ஆயிடுச்சி நாளை சந்திப்போம்.

மறுநாள் காலை வீரர்களின் கூடாரத்தில். என்ன அசோகா போருக்கு ஆயத்தமாக சொன்னா ஏதோ கல்யா-ணத்துக்கு போறேன் புதுமாப்பிள்ளை போயிட்டு அலங்க-ரித்து நிக்கிறியே என்னாச்சு உனக்கு. ஒன்னு இல்ல நண்பா போருக்கு சும்மா கொஞ்சம் வித்தியாசமா போலாமே. சரி நேற்று இரவு அந்த தாசி வீட்டுக்கு போயிட்டு என்ன பண்ணிட்டு இருந்த. அது ஒன்னும் இல்ல இன்னைக்கு காலையில் கொஞ்சம் பூஜை செய்யறதுக்கு புஷ்பங்களை வாங்குவதற்கு தான் போயிருந்தேன். சரி சரி ஏதோ பண்ற ஒன்னும் புரியல பண்ணு நல்லா இருந்தா சரிதான். அனைவரிடமும் போருக்குச் செல்கிறான் என்று அசோ-கன் கூறிவிட்டு அரண்மனைக்கு அருகில் உள்ள. ஒரு தாசியின் அறைக்கு அருகில் உள்ள குளத்தின் கரை-யில் அமர்ந்திருந்த எவ்ளின் ஐக்கான அசோகன் வந்தான். சரி கூறுங்கள் என்னை எப்படி நீங்கள் கண்டறிவீர்கள்? அரண்மனையில் இளவரசியாக இருக்கும் உங்களுக்கு ஒரு நடுத்தர குடும்பத்து மகளுக்கு உங்கள் பெற்றோர் திரும-ணம் செய்து வைப்பார்கள்? அது சரி இங்கேயே பிறந்து வளர்ந்த உங்களுக்கு தமிழை எப்படி பேச படிக்க தெரி-கிறது?.... சரி சரி போதும் கேள்வி மேல் கேள்வி கேட்டு நீயும் என்னை தொந்தரவு செய்யாதே சற்று நேரம் அமை-தியாக இரு. அதன் இரவே சொன்னேனே நீ என்னை பார்த்த பார்வையிலேயே நான் தெரிந்து கொண்டேன் அந்-தக் கடிதத்தை எழுதியது நீதான் என்று. மேலும் நிச்சயம் என் பெற்றோர்கள் திருமணத்திற்கு சம்மதிக்க மாட்டார்கள் அவர்களின் அனுமதியுடன் நான் உன்னுடன் பழகவில்லை எனக்குப் பிடித்திருக்கிறது எனது வாழ்க்கை துணை எப்-படிப் பழக வேண்டும் என்று நான் கனவு கண்டேனோ அதில் ஏதோ ஒன்று போகிறது அதனால்தான் நான் உன்-னுடன் பழகுகிறேன். மேலும் எனது தோழிகள் அனைவரும் தமிழகத்திலிருந்து இங்கு அடிமை அகதிகளாக கொண்டு வரப்பட்டவர்கள் அவர்களுடன் தான் நான் எனது முழு

நேரத்தையும் செலவிடுகிறேன் அவர்களின் துணையுடன் தான் நான் தமிழில் எழுத படிக்க பேச தெரிந்து கொண்டேன். அவர்கள் மிகவும் பாவப்பட்டவர்கள் அவர்களின் தாய் நாடு மற்றும் அவர்களது உறவினர்கள் அனைவரையும் விட்டுவிட்டு அடிமைகளாக இங்கு கொண்டுவந்து இவ்வளவு சித்திரவதை படுத்துகின்றார்கள் எங்களது நாட்டினர் கண்டால் எனக்கு அருவருப்பாக இருக்கிறது என்று கூறியபடியே கண் கலங்கி நின்றாள் எவ்ளின். சரி விடுங்கள் தேவி என அவளின் கைகளைப் பிடித்துக்கொண்டு இந்த பஞ்ச பூதங்களின் சாட்சியாக இன்று நான் வாக்களிக்கிறேன் எவ்வித சூழ்நிலையிலும் என் கண் மூடுவதற்கு முன்பாக தங்களது கண்களில் இருந்து ஒரு துளி நீர் எக்காரணம் கொண்டும்இம் மண்ணைத் தொட விட மாட்டேன். என்று கூறியபடியே இருவரும் தங்களது சுக துக்கங்களை பகிர்ந்து கொண்டிருந்தனர். உடனே அங்கே விரைந்து வந்த ஒரு தாசி பெண் இருவரின் கன்னத்திலும் சப்பென அறைந்து இருவரையும் தனது இரு கரங்களால் அறைக்கு அழைத்துச் சென்றாள்.

தாசி எங்களை அவளது வீட்டிற்கு அழைத்துச் சென்ற உடன் ஐயனும் அவரது உரையில் இருந்த வாழை சர்ரென உருவி அவளது கழுத்தில் வைத்தார். யார் நீ எங்களை ஏன் உளவு பார்க்கிறாய் என்னிடம் கூறு இலையின் முன் தலை தரையில் உருளும். தாங்கள் என்ன உரையாடி கொண்டிருந்தீர்கள் என்பதை நான் அறியேன் அங்கே பாருங்கள் எதிர் நாட்டு வீரர் வருகிறார் அவரின் கண்களுக்கு நீங்கள் தென்பட்டால் உங்கள் தலையை தரையில் உருளும். சரிதான் உதவி செய்தவருக்கு தாங்கள் அளிக்கும் பரிசு இதுதானா.. உடனே அங்கு வந்த அயல்நாட்டு வீரனும் உள்ளே வந்து ஐயா உங்களது போர்வீரர்களை தாருங்கள் என்று கேட்டவுடன் அசோகனும் அவனது நாட்டின் போர் வியூகங்களை ஒரு காகிதத்தில் வரைந்து அவனின் கொடுத்துவிட்டால் அந்த வீரன் அதை வாங்கிய உடன் சட்டென்று அந்த இடத்தை விட்டு ஓடிச் சென்றான்

இதனை பார்த்து எவ்ளின் மற்றும் அந்தத் ஆசையோ அதிர்ந்து போயினர் என்ன இவன் இந்நாட்டில் பணியாற்றிக் கொண்டு அந்நாட்டு வீரர்களுக்கு உதவி செய்கிறானே என்று நினைத்துக் கொண்டிருந்தனர். அந்த அந்நிய நாட்டு வீரன் சென்றவுடன் இருவரையும் பார்த்த அசோக் சரி நாங்கள் செல்கிறோம் அம்மா எங்களுக்கு உதவி செய்ததற்கு நன்றி என்று கூறியபடியே என்னை அழைத்தான். மோசம் படுமோசம் அந்நிய நாட்டு வீரர்களுக்கு உதவி உதவி செய்வதற்காகத் தான் என்னை காதலிப்பது போல் நடிக்கிறார். நீ என்னை பார்க்க வராதே சந்திக்காது நீ யாரோ நான் யாரோ என்று கூறி கண்கலங்கியபடி அங்கிருந்து நான் என் அறைக்கு சென்றேன். எங்கள் இருவருக்குள் நடந்த இந்த நிகழ்வினை கண்டு அந்த தசியோ கண்கலங்கிய வழியே அங்கேயே நின்றாள்.

அன்று இரவு என் அறைக்கு வந்ததா அந்த தாசியோ. காதலின் வலி என்னவென்று எனக்குத் தெரியும் அம்மா நானும் அதை அனுபவித்தவால் தான். என்னை நேசித்த உணவு எனக்கு துரோகம் செய்து விட்டார் அவனை உலகம் அவனை அனைத்தும் என்று எண்ணி நான் எனது பெற்றோர்களையும் எழுந்தேன் இறுதியில் எனது வாழ்க்கையையும் இழந்து இப்பொழுது இந் நிலைக்கு ஆளாகினேன். ஆனால் அசோகனின் பார்ப்பதற்கு அப்படித் தெரியவில்லை சிறிது நேரம் கோபம் கொள்ளாமல் சிந்தித்துப்பார் அந்நிய நாட்டு வீரர்களுக்கு உதவுவது போல் நடித்து அவர்களின் யூகங்களை அறிந்து நம் நாட்டிற்காக அல்லவா அவன் செயல்படலாம் அல்லவா எப்பொழுதும் ஒரு வழியில் சிந்திப்பதை விட மறு வழியிலும் சிந்தித்து பாரம்மா. என்று அவள் கூறிக் கொண்டிருந்தால் ஆனால் என் மனமோ அவள் கூறுவதை கேட்கும் நிலையில் இல்லை. கண்களை கலங்கிய படியே எவ்ளின்னேனா எனது தாய் தகப்பனை கூட அவ்வளவு நம்ப வில்லை ஆனால் அவனை நம்பினேன் பழகிய ஒரு சில நாட்களிலேயே என்னை இப்படி பழிவாங்கி விட்டானே. எனக்கு

என் நாட்டு மக்கள் தான் முக்கியம் அவர்கள் மகிழ்ச்சியாய் இருக்க நான் எந்த எல்லைக்கும் செல்ல தயங்க மாட்டேன் அவன் யார் எங்கிருந்து வந்து இருக்கிறான் எதற்காக இங்கு வந்திருக்கிறான் என்ன செய்யவிருக்கிறார் என்ப-தனைக் கண்டறிந்து என் நாட்டு மக்களுக்கு முன் உண்-மையை கூறுவேன். என்று எவ்ளின் கண் கலங்கிய படியே நின்றாள் அவள். நீ பேசும் அனைத்து வார்த்தைகளும் உன் பேச்சில் மட்டும் தான் உள்ளது உன் உள்ளத்திலிருந்து வரவில்லை அம்மா இப்பொழுது நீ ஆழ்ந்த குழப்பத்தில் இருக்கிறார் என்பதை நான் நன்கு அறிவேன் சற்றுநேரம் பொறுமையாய் இரு. எதற்காக அவன் அப்படி செய்கிறான் என்பதனை அறியாமலேயே அவன் மீது கோபம் கொள்-ளாதே. சரி ஆகட்டும் இவை நமக்குள்ளேயே இருக்கட்டும் யாரிடமும் கூறாதே மேலும் அதன் மீது ஒரு கண்ணை வைத்துக் கொள் அவன் எங்கே செல்கிறான் யார் யாரை சந்திக்கிறான் அவன் திட்டம் என்ன என்பதனை அறிந்-தால் உடனே விரைந்து வந்து என்னிடம் கூறுங்கள் இது இந்நாட்டில் இளவரசியாக எனது கட்டளையாகும். சரி அம்மா அப்படியே செய்கிறேன் என்று கூறியபடியே அவ்-விடத்தை விட்டு விலகி சென்றால் அந்த தாசி. அந்த சந்தேகப்பட்டால் எவ்ளின். " அசோகனை சந்தித்த பிறகு-தான் இந்த தாசியும் நமது வாழ்வில் வந்தால் ஏன் இந்த தாசி அசோகரின் கூட்டாளியாக இருக்கக்கூடாது ஒரு-வேளை இருவரும் ஏதோ திட்டம் மூலம் தான் நம் நாட்-டிற்குள் வந்திருக்கிறார்கள் என்ற ஆழ்ந்த சிந்தனையில் இருந்தேன் நான். கொண்டே இருந்தேன். அவளோ ஒரு அடர்ந்த வனப்பகுதியை நோக்கி சென்று கொண்டிருந்தாள் நானும் அவளுக்கு தெரியாமலேயே அவளை பின்தொ-டர்ந்து சென்றேன் அப்போது அங்கிருந்த ஒரு பழங்குடியி-னர் கூட்டம். அந்தத் ஆசியை ஆக்கியதே உடனே பதற்ற-மடைந்த நானும் அங்கிருந்து ஓடத் தொடங்கினேன். நான் அங்கு இருப்பதை கண்டறிந்து அந்த கூட்டமோ என்னை-யும் பிடித்து இழுத்துச் சென்றது ஐயோ நாங்கள் இங்கு

வரவில்லை வைத்தவரை வந்து விட்டோம் நாங்கள் வேறு வழியில் செல்ல வேண்டியவர்கள் வழிமாறி இங்கு வந்து- விட்டோம் என்று இருவரும் அந்தப் பழங்குடியினர் கூட்- டத்துடன் கூறிக் கொண்டிருந்தனர் அவர்களே நீங்கள் யார் எதற்காக வந்திருக்கிறீர்கள் என்று எங்கள் தலைவன் தான் முடிவு எடுக்க வேண்டும் சரி வாருங்கள் அவன் அவருடன் உங்களை அழைத்துச் செல்கிறேன் என்று அக்கூட்டத்தில் இருந்த ஒருவன் ஓம் கூறினான்.

அன்றிரவு அந்த தலைவலிக்கு முன் அந்த இரு பெண்களையும் அழைத்து சென்று நிறுத்தினான் அந்த வீரன் அப்பொழுது எவ்ளின் என்னைப் பார்த்த அந்த தலைவனோ. ஆடியில் பார்ப்பதற்கு அணி வீட்டு மதில் போல் தெரிகிறது இந் நாட்டு இளவரசியை இவள் இவரை மணந்து கொண்டால் ஒரே நாட்டில் இந்நாட்டிற்கு ராஜா- வாகி விடலாமே. மேலும் இவள் பார்ப்பதற்கு ஏதோ மேலே கொத்தில் இருந்து பூலோகம் வந்த தேவதை போல் இருக்- கிறதே எப்படியாவது இவளை நாம் வசப்படுத்தி திருமணம் செய்து கொள்ளவேண்டும் என்று மனதில் திட்டம் தீட்- டினான் கூட்டத்தின் தலைவன். ஏ பெண்ணே யார் நீ? எங்கிருந்து வந்திருக்கிறாய்? இங்கு ஏன் வந்தாய் என்று என்னை பார்த்தபடி வினவினார் கூட்டத்தின் தலைவன். இதனைக் கேட்ட உடன் அந்த மற்ற ஒரு பெண்ணோ ஐயா நாங்கள் இருவரும் தோழிகள் அரண்மனையிலிருந்த. பொழுதுபோக்கிற்காக இங்கே சுற்றித்திரிந்து கொண்டிருந்- தோம் ஏதோ வாய் தவறி இங்கே வந்து விட்டோம் எங்- களை மன்னித்து விட்டுவிடுங்கள் என்று கூறினால் அந்த காசை. ஏ பெண்ணே நான் உன்னிடம் விலகவில்லை அவரிடம்தான் வினவினேன் சரி நீ சொல் நீ யார்? ஐயா எனது பெயர் ஜோ "jo" அரண்மனையில் இந்த வரிசையின் பணிப்பெண்ணாக நான் இருக்கிறேன் என்று பதில் கூறினால் ஜோ. ஓர் அரண்மனை பின்னால் நான் நினைத்தது சரியாகத்தான் இருக்கிறது. பெண்ணே இந்- நாட்டு ராணி யார் நீ? உடனே பதற்றமடைந்த எவ்-

ளின்ளோ மெல்லிய குரலில் இல்லையா நான் இந்நாட்டில் இளவரசி தான். இப்பொழுது இளவரசி என்றால் வருங்கா- லத்தில் நீதானே இந்நாட்டு ராணியாக வேண்டும். இல்லை ஐயா நான் இந்நாட்டின் மீது மோகம் கொள்ளவில்லை நானும் ஒரு சராசரி பெண்ணாக தான் என் வாழ்க்கையே வாழ விரும்புகிறேன் ராணி போல் வாழ்வதற்கு எனக்கு சிறிதும் விருப்பம் இல்லை ஐயா. உடனே எவ்ளின் கூறி- யதை கண்டு அந்தக் கூட்டத்தின் தலைவன் அவன் "கைகளை தட்டி சிரித்தான் " உனக்கோ சராசரி மனிதன் போல் வாழ வேண்டும் ஆனால் எனக்கோ ஒரு நாட்டில் ராஜாவாக அல்லவா வாழ விரும்புகிறேன் சரி நீ என்னை மணந்து கொள் நீ சராசரி பெண்ணாக நான் இந்நாட்டை பார்த்துக்கொள்கிறேன். என்று அந்தக் கூட்டத்தின் தலை- வன் கூறியதைக் கேட்டவுடன் எவ்ளின் கதறி அழுதாள்.

எவ்ளின் நிலையைக் கண்ட ஜோ ஐயா அவளுக்கு ஏற்கனவே நிச்சயதார்த்தம் ஆகிவிட்டது ஒரு நிச்சயம் நிச்- சயிக்கபட்ட பெண்ணுடன் எப்படி பேசுவது என்று தங்- களுக்கு எதுவும் தெரியாதா. நிச்சயிக்கப்பட்ட இருந்தா- லென்ன என் உயிருடன் திருமணம் செய்து கொள்ளட்டும் எனது நோக்கம் எல்லாம் நான் என் நாட்டை ஆள வேண்டும் அவ்வளவுதான். மேலும் இவ்வளவு பார்ப்பதற்கு தேவதை போல் இருக்கிறாள் இப்படி ஒரு பெண்ணை பார்த்தால் எவரேனும் ஒரு ஆண்மகன் வேண்டாம் என்று சொல்வானா. வீரர்களே இவர்கள் இருவரையும் கொண்டு சென்று நமது அறையில் அடையுங்கள் விடிந்தவுடன் இவளுக்கும் எனக்கும் திருமணம் என்று அந்த கிராமம் முழுக்க கூறினான் அக்கூட்டத்தை தலைவன். மறுபுறம் எவ்ளின் அரண்மனையில் இல்லாதவனை கண்டறிந்த அந்நாட்டு இளவரசி படை வீரர்களை அழைத்து எனது மகள் இங்கே இங்கே தானே இருந்தால் அவள் எங்கே சென்றால் என்னவாயிற்று என எனக்கு எதுவும் தெரிய- வில்லை விரைந்து சென்று அவளை இங்கே அழைத்து வாருங்கள் இது இந்நாட்டு ராணியாக எனது கட்டளையா-

கும். போர் நிகழ்ந்து கொண்டிருக்கும் இச்சமயத்தில் அவள் வேறு எங்கும் சென்று இருக்கமுடியாது அனேகமாக இது எதிர் நாட்டு வீரர்களின் செயலாகத்தான் இருக்க வேண்-டும். அவரை பத்திரமாக இன் அரண்மனைக்கு அழைத்து வருபவர்களுக்கு ஒரு பரிசு அன்மையில் காத்துக்கொண்-டிருக்கிறது விரைந்து செல்லுங்கள் விடிவதற்கு முன்பாக அவள் இங்கு வந்து சேர வேண்டும் மேலும் அவள் அரண்மனையில் இல்லை என்ற விஷயம் நாட்டுமக்க-ளுக்கு யாருக்கும் தெரியக்கூடாது. சரி ராணி அப்ப-டியே ஆகட்டும் என்று கூறியபடியே அங்கிருந்து சென்-றனர் வீரர்கள் அனைவரும். மறுநாள் காலையில் தனது கடமையை நிறைவேற்ற தனது பணிக்கு வாழ்ந்தான் சூரி-யன். அரண்மனையில் ஏவுகனை காணவில்லை என்ற செய்தி சோதனையும் சென்று சேர்ந்தது. இதைக்கேட்ட அசோகனும் உடனே பதற்றம் அடைந்தான் என்ன எவ்-ளின் ஐ காணுமா? நானும் உன்னை கவனித்துக் கொண்-டுதான் இருக்கிறேன் அசோகா நீ எவ்ளின் மீது மோகம் கொண்டு இருக்கிறாய் என்பதை நானும் அறிவேன் வேண்-டாம் அவளோ என் நாட்டு இளவரசி நாமோ இங்கே பிழைக்க வந்திருக்கிறோம் நமக்கும் அவர்களுக்கும் ஒரு-போதும் ஒத்துப்போகாது எனவே கனவில் கூட நடக்காத ஒன்றை நிஜ வாழ்க்கையில் நடக்கும் என்று நம்புகிறாயா இது உனக்கே சரியாகத் தெரிகிறதா வேண்டாம் அவளை மறந்து விடு.

சரி நான் இப்பொழுது எவ்வளவு தேடிச் செல்வது நான் அவளை காதலிப்பதற்காக அல்ல ராணி அவளை கண்டு-பிடித்து கொடுப்பவர்களுக்கு பரிசு தருகிறேன் என்று கூறி-னார்களே அல்லவா அதற்காகத்தான் நான் இப்பொழுது அவளைத் தேடிச் செல்கிறேன். என்று கூறியபடியே அவன் காட்டை நோக்கி சென்றுகொண்டிருந்தான் காட்டிலிருந்து மேளதாளங்களுடன் ஓசை ஒன்று அசோகனின் காற்றினை இயற்றியது யார் இங்கே இவ்வளவு ஆர்ப்பாட்டம் செய்கி-றார்கள் என்று எண்ணியபடியே நீ ஒலி வந்த திசையை

நோக்கிச் சென்றான். அப்பொழுதுதான் அவனுக்கு புரிய வந்தது அது ஒரு திருமண நிகழ்ச்சி என்று. சரி வந்-ததுதான் வந்து விட்டோம் மணமக்களை வாழ்த்தி விட்டு இங்கே நம் நம் காலை உணவை உண்டுவிட்டு செல்லலாம் என்று நினைத்தபடியே யாருக்கும் தெரியாமல் அந்த திரு-மணத்தை காண அங்கேயே அமர்ந்திருந்தான். சிறிது நேரம் ஓடினென் அவன் அமர்ந்திருந்த குடிசைக்கு அரு-கிலிருந்து யாரோ அழுவது போல் குரல் கேட்டது என்ன இது யார் இங்கே அழுகிறார்கள். என்று குரல் வந்த திசையை நோக்கி சென்றான் அசோகன் அப்போதுதான் அவனுக்குத் தெரிந்தது அதை வேறு யாரும் இன்றி அது எவ்ளின் என்று. என்ன இது கோலம் இங்கு என்ன செய்கிறீர்கள்? திருமணத்திற்கு வந்த இடத்தில் ஏதோ ஒரு மணப்பெண் போல் அலங்கரித்து கொண்டிருக்கிறாயே? என்று அசோகன் கூறியதைக் கேட்டவுடன் கோபமடைந்த ஜோ அடேய் அனைத்தும் உன்னால் தான் அனைத்தையும் செய்துவிட்டு எதுவும் தெரியாதது போல் நடிக்கிறாயா எதற்-காக வந்தாய் உயிருடன் இருக்கிறோமா அல்லது மாண்டு விட்டோமா என்று காண்பதற்காக இங்கு வந்தாயா செல்-கிறது. என்று சினம் கொண்டாள். இதனைக்கண்ட எவ்-ளின்நோ சற்று நேரம் அமைதி அமைதி போடுங்கள். செய்தது அனைத்தும் போதாது என்று மீண்டும் எங்களை சித்திரவதை படுத்துவதற்காக இங்கு வந்தீர்களா எதற்காக இங்கு வந்தீர்கள்?

மனையில் நீங்கள் இல்லாததை கண்டு பதற்றம் அடைந்த ராணியோ உங்களை எங்கிருந்தாலும் அழைத்து வரச்சொல்லி வீரர்கள் அனைவருக்கும் கட்டளையிட்டிருக்-கிறார் அதன் காரணமாகவே தான் நான் இங்கு வந்-தேன் வேறு எந்த நோக்கமும் இல்லை. அங்க சுத்தி இங்க சுத்தி என் தாயின் மீதே பழியைப் போடுகிறாயா? என்று அசோகனின் நோக்கி கத்தினால் எவ்ளின். இவர்கள் அனைவரும் அறைக்குள் உரையாடிக் கொண்டிருக்கும்-போது ஏதோ ஒரு கூட்டம் வெளியில் நடமாடுவதை கண்-

டறிந்தனர். வெளியே என்ன நடக்கிறது என்று அவர்க-ளுக்கு ஒன்றும் புரியவில்லை உடனே வெளியே சென்று பார்த்தான் அசோகன் அப்போதுதான் அவனுக்கு தெரிகிறது எவ்ளின் ஐ தேடி முழு வீரர்களும் இங்கு தான் உள்ளனர் என்பதை. காட்டுவாசிகளின் ஒருவரை மாற்றி ஒருவர் அங்கேயே போரிட்டுக் கொண்டிருந்தனர் இதனை கண்ட அசோகனும் இதுதான் தக்க சமயம் வாருங்கள் இங்கிருந்து சென்று விடுவோம் என்று எவ்ளின் கையை பிடித்தான். அவளுக்கோ அங்கு இருப்பவர்களை யாரை நம்புவது என்று தெரியாமல் அசோகன் நம்பி அவனுடன் சென்றாள். நாட்டில் தற்போது நேர்ல அனைத்து கலவரங்களுக்கும் நீ தான் காரணம். ஏன் எங்கள் நாட்டினை பழிவாங்க வேண்டும் என்று நினைக்கிறாய் என் நாட்டிற்கும் உனக்கும் என்னை பகை இருக்கிறது? என்று கேள்வி மேல் கேள்வி கேட்டுக் கொண்டே இருந்தாள் எவ்ளின். யாழினியின் கேள்விகளுக்கு பதில் கூற முடியாமல் திணறிக் கொண்-டிருந்த அசோகனும் என்னுடன் வா உனது அனைத்து கேள்விகளுக்கும் நான் பதில் கூறுகிறேன் என்று அவரின் கையை பிடித்து இழுத்தான் என்னை கடத்தி எங்கே கொண்டு செல்லப் போகிறாய் நான் வரமாட்டேன் யார் நீ உன்னுடன் நான் ஏன் வரவேண்டும் விடு என்னை நான் இங்கிருந்து செல்கிறேன் உன்னை பற்றி நான் என் தாயி-டம் கூறினேன் என்றால் உன் கதி என்னவாகும் என்று உனக்குத் தெரியுமல்லவா? எங்களை விட்டுவிட்டு செல் இங்கிருந்து. இன்று அசோகன் கூறும் வந்ததையும் எதிர்ப்பு தெரிவித்து சோதனை பேச விடாமல் தடுத்து நிறுத்தினால் எவ்ளின். எவ்ளின் எவற்றையும் காது கொடுத்து கேட்கும் நிலையில் இல்லை என்பதனை அறிந்து கொண்ட அசோ-கனும் எவ்ளின் ஐ கட்டாயப்படுத்தி அங்கிருந்து தனது குதிரையில் தூக்கிச் சென்றான். தாசி பெண் ஜோ எவ்-வளவு அசோகானை தடுக்க முயற்சி செய்தார் ஆனால் தனியாளாக அவளால் அவனைத் தடுக்க இயலவில்லை. நாம் ஏன் அவர்களின் வாழ்க்கையில் தலையிட வேண்-

டும் அவர்கள் வாழ்க்கையில் நாம் தலையிட்டால் நமக்கு தான் தேவையில்லாத பிரச்சினைகள் உண்டாகும். என்று எண்ணியபடியே தனது வீட்டுக்குச் சென்றால் ஜோ. இருப்-பினும் அசோகன் மற்றும் எவ்லின் இருவரும் காத-லிப்பது எனக்கு தெரியும் என்பதனை ராணிக்கு தெரி-யவந்தால் என் கதி என்னவாகும். அதுமட்டுமில்லாமல் எவ்லின் அசோகன் உடன் தனியாகச் சென்றிருக்கிறாள் ஒருபெண்ணை அவனுடன் தனியாக செல்வதை பார்த்துக்-கொண்டே அவளால் நிம்மதியாக இருக்க இயலவில்லை. சரி நாளைக்கு எதற்காக தொந்தரவு நடந்தவை அனைத்-தையும் ராணியிடம் கூறிவிடலாம் என்று அவளோ அரண்-மனையை நோக்கி சென்றாள். ஜோ வோ அரண்மனைக்-குச் சென்றவுடன் அரண்மனை பணிப்பெண்ணிடம் ராணி எங்கே ராணியின் அரை எங்கே இருக்கிறது ராணி இப்-பொழுது கோட்டையில் தானே இருக்கிறார்? என்று வின-வினாள் எதற்காக இவ்வளவு பதற்றப் படுகிறீர்கள் ராணி இப்பொழுது அரண்மனையில் இல்லை இளவரசி எவ்லின் இருக்கிறார். தங்களுக்கு ஏதேனும் பிரச்சனையாக இருந்-தால் அவருடன் கூறுங்கள் அவரும் தங்கள் குறையை தீர்த்து வைப்பார்.

எப்படி அரண்மனையில் இருக்கிறார் என்பதனை கேட்-டவுடன் அதிர்ந்து போனால் ஜோ. என்ன இளவரசி இங்கு இருக்கிறாரா ஆம் இங்கே தானே இருக்கிறார். ஏன் ஏதே-னும் பிரச்சனையா? இல்லையில்லை அவர் அவருக்கு பணிவிடை செய்ய தான் என்னை இங்கே வரும்படி சொல்லி இருந்தார் அதன் காரணமாக தான் இப்பொ-ழுது இங்கே வந்தேன் சரி இளவரசியின் அரை எங்கே இருக்கிறது? பணிப் பெண்ணும் அதோ அங்கே இருக்கி-றது என்று அவளது கையின் மூலம் அறையை சுற்றி காட்டினாள். எவ்லின் இருக்கும் அழைத்துச் சென்ற ஜோ. பணிகிறேன் தாயே அந்த அசோகனும் தங்களை கடத்திச் சென்ற உடன் என்ன செய்வது என்று எனக்கு எதுவும் புரியவில்லை அதனால் தான் நடந்தவை அனைத்தையும்

ராணியிடம் கூறுவதற்கு இங்கே வந்தேன் அப்போதுதான் பணிப் பெண்ணோ நீங்கள் அரண்மனையில் இருப்பதை கூறினால் உடனே உங்களை காண இங்கே வந்துவிட்டேன். இதை கேட்ட உடன் எவ்ளின் ஏய் யாரை பார்த்து அவன் இவன் என்று கூறுகிறாய். அவர் என் உடைய வராவார் அவரின் முடிவு ஒருபோதும் தவறாக இருக்காது. தாயே என்ன கூறுகிறீர்கள் அவன் தங்களை மயக்கி விட்டானா? என்று ஏதோ கூற உடனே எவ்ளிண்ணோ சற்று பொறு தெளிவாகவே கூறுகிறேன் என்று எழுந்து சென்று அந்த அறையின் கதவை இழுத்து சாத்தினார். எறும்பின் வலையில் குழந்தைகள் வைத்ததினால் குழந்தையை எறும்பு கடித்தது இது குழந்தையின் தவறா அல்லது எறும்பின் தவறா. என்னைக் கேள்வி அம்மா இது குழந்தை தன் காலை எறும்பின் புட்டில் வைத்ததினால் தான் எறும்பு கடித்தது. ஆம் என்ன வரோ அதைத்தான் இப்பொழுது செய்துகொண்டிருக்கிறார். எனக்கு ஒன்றும் விளங்கவில்லை தாயே என்று ஜோகூர் தெளிவாகவே கூறுகிறேன் கேள் என்று கூறத் தொடங்கினார் எவ்ளின். இங்கே பார் நமது தேசத்தை வளர்ப்பதற்காக இங்கேயிருந்து பக்கத்து கண்டத்தில் அமைந்திருக்கும் ஒரு தீபகற்ப நாடு தான் இந்தியா நம் வீரர்கள் இங்கிருந்து அந்நாட்டிற்கு படையெடுத்து சென்று அந்நாட்டை ஆள வேண்டும் என்று நினைக்கிறார்கள் மேலும் அந்நாட்டு மன்னர்களுக்கு இடையே சில சதிகளை செய்தி அவர்களுக்குள்ளேயே போர் நிகழ வைத்து அவர்கள் அனைவரையும் நம் நாட்டு அரசர்கள் ஆடுகின்றனர். மேலும் போரில் நம் நாட்டு வீரர்களை இழக்கத் தயாராக இல்லாத நம் நாடு அந்நாட்டில் இருந்து அகதிகளாக இங்கு கொண்டு வரப்பட்டு இருந்த அந்நாட்டு வீரர்களையே இப்போரில் நாம் பயன்படுத்துகிறோம். மேலும் நம் நாட்டு ஆண்களின் எச்சிலை தீர்க்க அந்நாட்டில் இருந்து கொண்டுவரப்பட்ட பெண்களோ இங்கே தாசிகள் ஆக பயன்படுத்திக் கொண்டிருக்கிறோம். என்னவர் என்னை அழைத்துக்கொண்டு அவரது அறைக்குச் சென்று

அனைத்தையும் புரியும்படி தெளிவாக எனக்கு விளக்கியுள்-
ளார். மேலும் அவர்களுடன் விடுதலைக்காக தான் நம்
நாட்டில் இருந்து கொண்டே அண்டைய நாடு நம் நாட்-
டின் மீது படையெடுத்து வரும் பொழுது நம் நாட்டின்
யூகங்களை அந்நாட்டு வீரர்களுக்கு கூறி நம் நாட்டை
வீழ்த்திவிட்டு அவர்கள் அவர்களது தேசம் திரும்பி அவர்-
களுடைய நாட்டை காக்க அவர் திட்டம் தீட்டி இருக்கி-
றார். என்று எவ்லின் கூற. என்ன நம் நாட்டில் இருந்து
கொண்டே நம் நாட்டை அழிக்க திட்டம் ஈட்டுகிறார்-
கள்? என்று வினவினால் ஜோ. இதனைக்கேட்ட எவ்லின்
மெல்லிய குரலில் இல்லை ஜோ அவர். அவர் அவர்
நாட்டு விடுதலைக்காக போராடிக் கொண்டிருக்கிறார் நம்-
மால் இயன்ற அளவிற்கு உதவி செய்வோம் இல்லை-
யெனில் உபத்திரம் செய்யாமல் இருப்போம். கூறுகிறேன்
என்று என்னை தவறாக எண்ணாதே என்னவர் இந்த-
ளவிற்கு பாடுபடுவது தாசி ஆகிய உங்களுக்கும் சேர்த்து
தான்.

என்னம்மா கூறுகிறீர்கள் எங்கள் இருக்கவும் சேர்த்தவர்
பாடுபடுகிறார்? ஆம் உனக்காக மட்டும் அல்ல ஒட்டு-
மொத்த பெண் சமூக விடுதலைக்காகவும் தான் அவர்
பாடுபடுகிறார். உனது விருப்பத்துடன் தொழிலுக்கு நீ வந்-
தாய். இதனைக் கேட்ட ஜோவோ உடனே மெல்லிய குர-
லில் ஆமா சரிதான் நான் விருப்பத்துடன் இத்தொழிலுக்கு
வரவில்லை மோசம் சிலரின் ஆசை மோகத்தினால் தான்
இத் தொழிலுக்கு வந்தேன் மேலும் என் போல் இந்நி-
லைக்கு எந்த பெண்ணும் வர வேண்டாம் என்பதற்காக
தான் இதிலே இருக்கிறேன் என்று கூறினால் ஜோ. ஜோவு-
டன் உரையாடிக் கொண்டிருக்கும்போது ஜோவின் மனதை
புரிந்து கொண்ட எவ்லின் சரி வா நாம் சென்று உணவை
உண்போம் என்று அன்றைய இரவு உணவை உண்ப-
தற்காக ஜோவை தன்னுடன் ராஜ குடும்பத்தினர் உணவு
உண்ணும் அறைக்கு அழைத்துச் சென்றாள் எவ்லின்.
அங்கே ஜோவோ அவரது வாழ்நாளில் இவ்வளவு மிகப்பெ-

ரிய விருதினை கண்டது கிடையாது. உணவினை உண்டு முடித்தவுடன் சரியான நேரம் ஆகிறது நான் செல்கிறேன் என்று கூறினால் ஜோ. எங்கே சொல்ல போகிறாய் இனி நீ எங்கேயும் செல்லக்கூடாது என்னுடனே இங்கேயே இந்த அரண்மனையிலேயே இருந்து விடு. எவ்ளின் கூறியதைக் கேட்ட கோப உடனே கண் கலங்கிய படியே அவளைப் பார்த்தாள் என்ன ஒரு தோழியாக தானே உன்னிடம் கேட்– கிறேன் என்னுடன் இருக்க உனக்கு விருப்பம் இல்லையா? இல்லை அம்மா எனக்கு முழு சம்மதம் தான் ஆனால் எனது துணிமணிகள் அனைத்தும் என்னுடைய வீட்டில் அல்லவா இருக்கிறது இன்று இரவு நான் அங்கு செல்கி– றேன் காலையில் நான் திரும்பி வருகிறேன் என்று ஜோக் கூற சரி செல் ஆனால் காலை நான் உனக்காக இங்கே காத்திருப்பேன் மறக்காமல் இங்கே வந்து விடு என்று எவ்– ளின் கூறினால் சரி அம்மா என்று கூறியபடியே அங்கி– ருந்து புறப்பட்டு சென்றால் ஜோ.

மறுபுறத்தில் போர் தீவிரமாக சென்று கொண்டிருந்ததே கதிர்வேலன் ஓ தனித்தனியே சிதறியிருந்த தன் நாட்டு மக்களை ஒன்று திரட்டி அவர்களுக்கு விடுதலை பற்றிய உணர்ச்சிகளை ஆர்வமிக்க அவர்கள் மனதில் ஆழப் பதிய வைத்துக் கொண்டிருந்தான். மறுபுறமோ அசோகனும் தான் இங்கு எதற்காக வந்தேன் என்பதனை முழுவதுமாக மறந்து விட்டு அந்த நாட்டு இளவரசி ஆகிய எவ்ளின் உடன் தன் வாழ்க்கையை எப்படி வாழப் போகிறோம் என்பதனை சிந்தித்துக்கொண்டே கனவுலகில் மிதந்து கொண்டிருந்தான். ஒரு நாள் எவ்ளின் ஐ காண அசோகனும் வழக்க– மாக தாங்கள் சந்திக்கும் இடத்திற்கு சென்று இருந்தான் அங்கே தாமதமாக வந்த எவ்ளின் இன் கண்களோ சற்று கலங்கி இருந்ததை கண்டான் அசோகன். என்ன எவ்– ளின் எதற்காக இவ்வளவு தாமதம் ஏன் உன் முகம் இன்று வாடிய ரோஜா போல் காட்சியளிக்கிறது என்னவாயிற்று என்று அசோகன் கேட்க. அது ஒன்றும் இல்லை ஐயனே காண வரும் வழியில் கண்ணில் தூசி விழுந்து அதனால்

தான். சரி என்னை எப்போது நீங்கள் திருமணம் செய்து கொள்ளப் போகிறீர்கள்? என்று எவ்ளின் வினவ மேலும் இப்பொழுது தான் எங்கள் நாட்டு வீரர்கள் ஒன்றுசேர தொடங்கியிருக்கின்றனர் அவர்கள் சற்று ஆயுத அறிவை பெற்றவுடன் அடுத்த காரியமே நமது திருமணம் தான். இல்லை ஐயனே அவ்வளவு நேரம் என்னால் பொறுமை யாக இருக்க இயலாது. சரி நாளை சந்திப்போம் நான் வருகிறேன் என்று கூறிய வழியாக இடத்தை விட்டுச் சென்றால் எவ்ளின். எவ்ளினின் முகத்தில் ஏதோ மாற் றம் இருப்பதை அறிந்த அசோகனும் உடனே ஜோ இருக் கும் இடத்தை நோக்கி சென்றான் அங்கே ஜோ இல்லை அவருக்கு பதில் அவ்விடத்தில் வேறு ஒரு பெண் இருந் தால் அவரிடம் சென்று அம்மா இங்கே இருந்ததோ எங்கே அவருக்கு என்னவாயிற்று இப்போது அவர் எங்கே இருக் கிறார் என்று வினவ அதற்கு அப்பெண்ணை. வேண்டாம் இனி நீங்கள் தொகை பார்க்க வரவேண்டாம் ஏன் அவள் நன்றாக இருப்பது உங்களுக்கு பிடிக்கவில்லையா? என்று கோபத்துடன் கேட்க என்ன நடக்கிறது என்று அசோ கனுக்கு ஒன்றுமே புரியவில்லை. சரி சரி இப்போது எங்கே இருக்கிறார் என்பதை என்னிடம் கூறுங்கள் என்று அசோ கன் கேட்டதற்கு அப்பெண்ணை. தாங்களும் இந்நாட்டு இளவரசியும் காதலிப்பது இந்நாட்டு ராஜா ராணி ஆகிய இருவருக்குமே தெரிந்துவிட்டது. உங்கள் காதலுக்கு உடந் தையாக இருந்த ஜோவை அவர்கள் அழைத்துச் சென்று சித்திரவதை படுத்தி. சிறையில் அழைத்திருக்கிறார்கள். ஜோக் ஒன்றும் நீங்கள் நினைப்பது போல் சாதாரண பெண்ணல்ல அவளோ சோழ தேசத்து. அரண்மனை அடலராசி ஆவாள் அவள்தான் மேலும் அவள்தான் சோழ தேசத்து கடைசி அரண்மனை அடலராசி அவள் அரண் மனை அடலராசி ஆனவுடன் தான் ஆங்கிலேயர் நம் நாட்டின் மீது படையெடுத்து வந்தனர் உடன் அடல் அரசியை பற்றி முழுவதுமாக அறிந்து கொண்ட இந்து ஆங்கில ஏதோ அவரை இங்கே அழைத்து வந்து இந்த

ஊரில் தாசியாக வைத்து அவளை சித்திரவதை படுத்திக் கொண்டிருந்தனர் மேலும் இங்கு வந்து அவளுக்கு இன்னும் மேலும் பல துன்பங்களை தான் தந்து கொண்டிருக்கிறார். இதில் நாட்டை காப்பாற்ற போகிறேன் என்ற ஒரு கேடு வேறு செயல் இங்கிருந்து இமேஜை பார்க்க இங்கே மட்டுமல்ல எங்கேயும் செல்லாதே உன்னால் அவருக்கு நேரம் மட்டுமே. என்று அப்பெண் கூறி அதனைக் கேட்டவுடன் அதிர்ந்துபோய் நான் அசோகன் என்ன ஒரு ஜோ ஒரு ராஜ நர்த்தகி யா. தவறிழைத்து விட்டேன் என்னால்தான் இப்பொழுது அனைவரும் துன்பத்தில் இருக்கின்றனர் மேலும் அவர்களுக்கு ஒருபோதும் நான் துன்பத்தை விளைவிக்க மாட்டேன் எப்படியாவது கோவை வீட்டில் இங்கே கொண்டு வருகிறேன் மேலும் எனது நாட்டு மக்களுக்கு நாடு விடுதலை பெற்று தருகிறேன் என்று. மனதில் எண்ணியபடி அவ்விடத்தைவிட்டு தனது அறைக்குச் சென்றான் அசோகன். அவள் அறைக்குச் சென்று அசோகனுக்கு அங்கே ஒரு அதிர்ச்சி காத்திருந்தது. போதுமா உன்னால் என்ன செய்ய முடியுமோ அவற்றை செய்து விட்டாய் இங்கு எதற்காக வந்தாய் என்பதனையே மறந்துவிட்டேன் இப்பொழுது உன்னை மட்டுமன்றி உன்னை சுற்றி உள்ள அனைவருக்குமே துன்பத்தை விளைவிக்கும். என்று அரசு தன்மீது சினம் கொண்டான் கதிர்வேலன்.

நடந்தது ஏதோ நடந்துவிட்டது அவை அனைத்தையும் அப்படியே விட்டுவிட்டு நாளை முதல் என்னுடன் போருக்கு வா நமது நோக்கம் முழுவதும் நம் நாட்டை நிற்பதாக மட்டுமே இருக்க வேண்டும். என்று கூறிக் கொண்டு இருந்தான் கதிர்வேலன் ஆனால் கதிர்வேலன் கூறும் எவற்றையுமே. கேட்கும் நிலையிலோ அசோகன் இல்லை. சரி சரி நீங்கள் சொல்லி அப்படியே செய்கிறேன் என்று அரைமனதுடன் கதிர்வேல் எனக்கு வாக்களித்தான் அசோகன். ஆனால் அசோகனின் மனதிலோ எப்படியாவது கோவை அரண்மனை சிறையிலிருந்து அவளை மீட்டு வர வேண்டும் என்ற எண்ணமே இருந்தது அங்கிருந்து கதிர்-

வேலன் சென்றவுடன். ஜோவை அழைத்து வர திட்டமிட்டு நான் அசோகன்.

மணி இரவு 12 இருக்கும் யாருக்கும் தெரியாமல் அங்கிருந்த ஒரு சுரங்க வழியின் மூலமாக அரண்மனை காவலில் வைக்கப்பட்டிருந்த ஜோ இருக்கும் இடத்திற்கு சென்றான் அசோகன் அங்கே அவனை பார்த்தவுடன் இந்தியன் வந்தாய் இங்கு என்ன செய்கிறாய் போ இங்கிருந்து. என்று கூறினால் ஜோ ஆனால் அசோகனும் சற்று பொறு உன்னால் தான் நமது நாட்டையே காப்பாற்ற முடியும் நான் வந்த காரியத்தை முடிக்கும் வரை எதுவும் கூறாதே என்னுடன் ஒத்துழைத்து நான் வந்த காரியத்தை நிறைவேற்றுவதற்காக உதவி செய் வேறு எதையும் செய்யாதே என்று கூறினான் அசோகன் அசோகன் கூறியதை கேட்டவுடன் ஜோவோ ஏதோ ஒரு திட்டத்துடன் தான் இங்கு வந்திருக்கிறான் அசோகன் என்று மனதில் நினைத்தபடியே. சரி நீ கூறும் படியே நான் செல்கிறேன் என்றாள் ஜோ

என்று ஜோக் கூறி முடிப்பதற்கு முன்பாகவே இங்கிலாந்திலேயே தயார் செய்யப்பட்ட நவீனரக ஆயுதங்களைப் பயன்படுத்தியோ இருக்கும் அறையின் கதவினை உழைப்பதே தெரியாதது போலவே உடைத்தான் அசோகன். வெளியே வந்தவுடன் யோகா செய்வார் இங்கிருந்து செல்வம் வீரர்களின் கண்களில் சிக்கி அதற்கு முன்பாக இவ்விடத்தை விட்டு செல்ல வேண்டும். எங்கே செல்வது சற்று நேரம் பொறு என்று கூறியபடியே எவ்லின் ஐ அழைத்தான் அசோகன். எவ்லின் ஐ கண்டவுடன் ஜோப்ரே யார் இவள் என்னை போல இருக்கிறாளே எங்கிருந்து இவரை அழைத்து வந்து இவளை ஏன் இங்கு அழைத்து வந்தாய்? என்று வினவினாள் சற்று பொறு இது வேறு யாரும் இன்றி இன்

நாட்டு இளவரசி எவ்லின் தான். என அசோகன் கூற என்ன ஆயிற்று உனக்கு எதற்காக இது இப்படி செய்கிறாய் அவளை எதற்காக என்னை போல் வேடம் அணிந்து வர சொல்லி இருக்கிறாய்? உன் கேள்விகளுக்கு பதில்

கூறும் அளவிற்கு நமக்கு இப்பொழுது போதிய நேரமில்லை நாம் என்னுடன் வா சரி நீ உள்ளே செல் எவ்ளின். என்று கூறியபடியே ஜோவை அழைத்துக் கொண்டு அங்கிருந்து சென்றான் அசோகன். அரண்மனையை விட்டு வெளியே அழைத்து வந்த அசோகநோ அரண்மனைக்கு பின் வழியாக ஒரு குதிரை இருக்கிறது அதில் ஏறி இங்கிருந்து கிழக்கை நோக்கி செல் அங்கே கடலை கடப்பதற்காக ஒரு வீரன் படகுடன் காத்துக் கொண்டிருப்பார் இருப்பான் அப் படகில் ஏறி இங்கிலாந்து நாட்டின் எதிரி SSR நாட்டின் நண்பன் ஆகிய ஜெர்மானிய நாட்டிற்குச் செல் அங்கே. கடற்கரைக்கு அருகிலே ஒரு வனப்பகுதி இருக்கிறதே அந்த நமது தேசத்தை சார்ந்த வீரர்கள் சிலர் மலைவாழ் மக்கள் போல் வேடமணிந்து வசித்து வாசித்துக் கொண்டிருப்பார் அவர்களுடன் சென்று உன்னை பற்றி கூறு. மேலும் என் தகவல் உன்னை வந்து சேரும் வரை நீ அங்கேயே இரு அது தான் இப்போதைக்கு உனக்கு பாதுகாப்பான இடம் மட்டுமன்றி நமக்கு அனை-வருக்கும் தேவையும் அதுதான் மனதை கையில் தான் நமது தேசத்தின் விடுதலையே இருக்கிறது எப்படியாவது நீ அங்கே சென்று சேர்ந்து விடு. என்று அசோகன் கூற ஜோ விற்கோ ஒன்றுமே புரியவில்லை. அப்பொழுது அந்த இடத்திற்கு யாரோ நடந்து வருவது போல் தெரிந்-தது இதனை அறிந்த அசோகன் அரண்மனைக் காவலர்-கள் இங்கே வருகிறார்கள் போலிருக்கிறது சரி நீ இங்கி-ருந்து செல் என்று ஜோவின் கையில் ஒரு காகிதத்தை வைத்துவிட்டு குதிரையை விரட்டினாள் அந்த குதிரையும் அங்கிருந்து விரைந்து சென்றது.

குதிரைகளையும் சட்டத்தை கேட்டவுடன் அங்கு விரைந்துவந்த அரண்மனை காவலன் கண்டவுடன் அசோ-கனும் அந்த அரண்மனை அங்கேயே அடித்து போட்-டுவிட்டு நாட்டு இளவரசி இருக்கும் அறையை நோக்கி ஓடினாள். அங்கே மயங்கி விழுந்த அந்த அரண்மனை காவலன் ஓ காயமடைந்த உடலுடன் அந்நாட்டு தளபதி

தளபதி கருடன் வந்து நடந்தவை அனைத்தையும் கூறி- னான் இதனைக்கேட்ட தளபதியோ. நாட்டு இளவரசியிடம் தங்களது மகள் இன் நாட்டு இளவரசி அசோகன் உடன் ஓடிவிட்டாள் என்று ராணியிடம் கூறினால் அந்நாட்டு படைத்தளபதி. இதனைக் கேட்ட அரசு உடனே இல் அவரை செய்யும் அறையை நோக்கி சென்றாள். அப்- பொழுது இராணி ஒருவனே அறிந்தவுடன் அங்கிருந்து அசோகன் செல்வதை கண்ட ராணியோ யாரங்கே உடனே செல்லுங்கள் அந்த கலவையைக் கொண்டு வாருங்கள் இங்கேயே என்று இராணி கூறியவுடன் நான்கு போர் வீரர்- கள் சென்று அசோகனை பிடித்து வந்து ராணி முன் நிறுத்தினர். அசோகரை பார்த்ததும் ராணியோ எங்கே என் மகள் என் நாட்டு இளவரசி எங்கே? என்று வினவ உடனே அசோகனோ என்னது இந்நாட்டு இளவரசியா? எப்பொழுது அவர் என் கரங்களை பிடித்து என் தோல் மீது சாய்ந்தாள் அந்த நொடி முதலே அவள் என்- னுடைய ஆவாள் இதற்கு அந்த ஆதவனும் கதிர- வனும் சாட்சி. என்று அசோகன் கூறியதை கேட்ட அந்- நாட்டு இளவரசனான அசோகரின் கன்னத்தில் அறைந்து அவனை அழைத்துச் சென்று அந்த சிறையில் அடை- யுங்கள் அதுவும் அந்த தாசி இருக்கும் சிலைக்கு அரு- கில் உள்ள சிறையில் அடையுங்கள் இவர்கள் இருவருக்- கும் தக்க தண்டனை அளிக்க வேண்டும் நாளை நடக்க இருக்கும் இவர்களை அழைத்து வாருங்கள் அனைவரும் முன்னிலையில் இவர்களுக்கு தகுந்த தண்டனை அளிக்க வேண்டும் அப்பொழுதுதான் இதுபோல அகதிகளாக வந்து என் நாட்டில் பிழைக்க வந்திருக்கும். கூலிப்படைக்கு நமது நாட்டின் அருமையைப் பற்றி தெரியும். என்று இளவ- ரசி கூறியதை கேட்ட அசோகனோ என்னது உன் நாட்டில் நாங்கள் பிழைக்க வந்தோமா அகதிகளாக இந்நாட்டிற்கு வந்து என் நாட்டு இளவரசர்கள் ராஜாக்கள் முன் மண்டி- யிட்டு பிச்சை எடுத்து இப்போது எங்களை நீங்கள் ஆட்சி செய்து கொண்டிருக்கிறீர்கள் என்பதை மறந்து விட்டு இப்-

படி பேசுவதற்கு உங்களுக்கு கொஞ்சம் கூட நாக்கு கூச இல்லையா. அதுசரி அது வெட்கம் மானம் உள்ளவர்களுக்கு அல்லவா இருக்கும் என்று வினவினான் அசோகன்.

என்ன ஆணவம் இருக்கும் இவனுக்கும் இவனுக்கு இவர்கள் இனத்து மக்கள் மத்தியிலேயே இவனுக்கு தகுதி தண்டனை அளிக்க வேண்டும் இவனைக் கொண்டு அடையுங்கள் அந்த சிறையில் என்று கூறியபடியே அரசு அங்கிருந்து சென்றாள். வீரர்கள சோதனை கொண்டுசென்று ஜோ போல் வேடம் அணிந்து தெரிந்த இளவரசி இருந்த அறைக்கு எதுத்த அறையிலேயே அடைத்தனர். மறுநாள் காலை விடிந்தவுடன் இளவரசி இன் நாட்டிலேயே இல்லை என்பதனை அறிந்து கொண்டே வீரர்கள் இதை இளவரசியுடன் எப்படி கூறுவது என்பது குறித்து தங்களுக்குள்ளேயே ஆலோசித்துக் கொண்டிருந்தனர். இவர்கள் முணுமுணுத்துக் கொண்டிருப்பதைக் கண்ட இளவரசியை இங்கே வாருங்கள் என உங்களுக்குள் பேசிக் கொண்டிருக்கிறீர்கள் என்ன நடந்தது என்று என்னிடம் கூறுங்கள். எனக்கு இந்நாட்டு கவுரவம் தான் முக்கியம் எங்கிருந்தாலும் எனது மகளை அழைத்து வாருங்கள் மேலும் போரில் ஒருபோதும் நாம் தோல்வி வரக்கூடாது மேலும் சில அடிமைகளை நம் ஆளும் நாட்டில் இருந்து இங்கே கொண்டு வாருங்கள். மதமதவென நிற்பதை கைவிட்டுவிட்டு குழுக்களாக பிரிந்து சென்று தேடுங்கள் ஒரு குழு என் மகளை தீருங்கள் மற்றொரு குழு போருக்கு செல்லுங்கள் என ஆணையிட்டார் அரசின் ஆணையை கேட்டவுடன் ஒரு வீரனும் முன்வந்து அதற்குத் தேவையில்லை அனைத்தும் நன்றாகவே சென்று கொண்டுதான் இருக்கிறது இரணி. என்று கூறியபடியே தன் தலைப்பாகையை கழற்றி தன் கூந்தலை அவிழ்த்து விட்டால் அப்போது ஒரு பெண் ஆண் போல் வேடமணிந்து இருப்பதைக் கண்டேன் வீரர்கள் அனைவரும் ஆச்சரியப்படுகின்றனர் ஆனால் ஒரு கணம் மகிழ்ச்சியும் உற்றனர் ஆம் அதுதான் அந்நாட்

டில் இளவரசி எவ்ளின். எவ்ளின் ஐ கண்டவுடன் என்ன கோலம் இது என்ன செய்து கொண்டிருக்கிறாய் உனக்கு என்னை பித்து பிடித்திருக்கிறதா? என்று இளவரசி பார்த்து அந்நாட்டு ராணி வினவ ஆண் நடந்ததை அனைத்தையும் உங்களிடம் கூறுகிறேன் என்னுடன் வாருங்கள் என்று ராணியை அங்கிருந்து அழைத்துச் எவ்ளின். சரி அனைவரும் போருக்கு ஆயத்தமாக இருங்கள் என்று கூறியபடியே அவ்விடத்தை விட்டு இருவரும் சென்றனர். ஒருபுறம் அசோகனும் தன்னுடன் கொண்டு வந்திருந்த சில மூலிகை பொடிகளை பயன்படுத்தி அங்கு இருந்த வீரர்கள் அனைவரையும் மயக்கமடையச் செய்துவிட்டு ஜோ போல் வேடம் அணிந்து இருந்த எவ்ளின் ஐ அழத்துக்கொண்டு அரண்மனையை விட்டு வெகுதூரம் அழைத்துச் சென்றான். அந்த மூலிகை பொடி யோ இளவரசியும் சிறிதளவு பாதித்திருந்தது அதன் தாக்கத்தின் காரணமாக அவள் மயங்கிய நிலையிலேயே இருந்தாள். தமிழ் சுற்றி என்ன நடந்து கொண்டிருக்கிறது என்பதனை அறிந்து கொள்ள முடியாத நிலையில் இருந்த அவளை வனத்தின் நடுவே இருக்கும் ஒரு ஆற்றங்கரையை கொண்டுவந்து சிறிது நேரம் ஓய்வு எடுக்க செய்தான் அசோகன்

சிறிது நேரம் கழிந்த உடன் நினைவுக்கு திரும்பினாள் எவ்ளின். உன்னை பார்த்தால் இரவு முழுவதும் சாப்பிடாமல் பசியில் உள்ளது போல் தெரிகிறது நான் சென்று சில பழங்களைப் பறித்து வருகிறேன் அதை உண்டுவிட்டு இங்கிருந்து செல்வோம் என கூறியபடியே அவ்விடத்தை விட்டு காட்டில் சில பழங்களை பறிப்பதற்காக சென்றான் அசோகன். அப்போது அங்கு அமர்ந்திருந்த எவ்ளிண்ணின் காதுகளில் கிராமத்தில் முரசு முழங்குவது கேட்டதே அந்த முறையில் கூறப்பட்டிருந்த செய்தி என்னவென்றால் " நாட்டில் போர் விறுவிறுவென நடந்து கொண்டிருக்கும் நிலையில் உள்நாட்டிலேயே சிலர் நம்மை வீழ்த்த முயற்சி செய்கின்றனர் மேலும் மக்கள் ஆகிய அனைவரும் எவருக்கும் அஞ்சாமல். உள்நாட்டு கலவரம் நேர கார-

ணமாக இருந்தவர்களை பிடித்து தருவோருக்கு அரண்-
மனையில் இளவரசியின் கைகளால் பரிசுகள் காத்திருக்-
கின்றன " என அந்த முரசு செய்தி எவ்ளினின் காதுகளை
வந்து சேர்ந்தது. என்ன நடக்கிறது? அயன் என்ன செய்து
கொண்டிருக்கிறான் திருமணம் என்று சொல்லி தானே?
இரவு என்னைக்கோ போல் வேடம் அணிந்து வர சொன்-
னார்? இரவே ஜோவை எங்கே செல் வைத்தார்? மேலும்
நான் இங்கே இருக்க அரண்மனையில் இளவரசி என்று
வீரன் முரசை கூறுகிறானே? என்று அவளின் நெஞ்-
சில் பல கேள்விகள் ஓடிக் கொண்டிருந்தன. காட்டிற்-
குச் சென்ற அசோகனும் சிலபல பழங்களைப் பறித்துக்
கொண்டு இருந்த இடத்தை நோக்கி வந்து அமர்ந்தான்.
தேவி இதை உண்ணுங்கள் நமக்கு போதிய நேரமில்லை
இங்கிருந்து சீக்கிரம் சென்றாக வேண்டும் என்று கூறியப-
டியே தனது குதிரையை அங்கிருந்து செல்வதற்காக தயார்-
படுத்திக் கொண்டிருந்தார் அப்போது அசோகன் ஐ பார்த்த
எவ்ளின் அய்யனே என்ன நடக்கிறது என்று எனக்கு ஒன்-
றும் புரியவில்லை? எதற்காக இரவு என்ணெயோ போல்
வேடம் அணிந்து வர சொன்னீர்கள் இரவு முழுவதும் நான்
ஏன் சோ போல் சிறையில் இருக்க வேண்டும் மேலும் நான்
இங்கே இளவரசி என்று வீரன் முரசில் கூறிச் செல்கிறான்
என்ன நடக்கிறது என்று எனக்கு ஒன்றுமே புரியவில்லை
ஐயனே? என்று ரவிளின் வேணவா. தேவி எனக்கு தாங்-
கள் முக்கியம் என் உயிரில் பாதி உயிர் நீங்கள் என்று
நான் கருதுகிறேன். மேலும் எனக்கு நீங்கள் எவ்வளவு
முக்கியமோ அதேபோல் எனது நாடு முக்கியம் அவர்க-
ளுக்கு விடுதலை வாங்கித் தர வேண்டும் அதில் ஜோவின்
கையில்தான் இருக்கிறது இரவில் தப்பிக்க வைப்பதற்கு
எனக்கு வேறு வழி தெரியவில்லை அதனால் தான் இரவு
முழுவதும் தங்களைத் போல் வேடம் அணிந்து சிறையில்
இருக்க வைத்தேன் அதற்காக என்னை மன்னித்து விடுங்-
கள் மேலும் இரவு முழுவதும் ஒரு வீரனை தங்கள் போல்
வேடம் அணிந்து அரண்மனையில் உங்களைப் இருக்கும்படி

செய்தேன் அவன் தான் இப்பொழுது தங்கள் வேடத்தில் அரண்மனையில் இருக்கிறான் என்று அசோகன் கூற. சரி எதுவும் செய்கிறீர்கள் ஆனால் யாருக்கும் எதுவும் நேராமல் மக்கள் அனைவரும் தங்களது வாழ்வாதாரத்தை இழக்காமல் இருந்தால் சரிதான் என்று கூறியபடியே அங்கிருந்த பழங்களை எடுத்து உண்ண தொடங்கினாள் எவ்ளின். சில நாழிகைகள் கழிந்து என அப்போது அசோகனும் தேவி இப்பொழுது நாம் ஜெர்மானிய தேசத்தை நோக்கி செல்லவிருக்கிறோம் அங்கு சென்றவுடன் நம் இருவருக்கும் திருமணம். இரவு நாம் இந்த நாட்டை விட்டு புறப்பட இருக்கிறோம் வெகு தூரம் பிரயாணம் செய்ய போவதினால் எந்தவித கவலையுமின்றி நன்றாக சென்று உறங்குங்கள்.

என்ன ஜெர்மானிய தேசத்திற்கு செல்வதா வேண்டாம் வேண்டாம் அங்கு சென்றால் நமக்கு பாதுகாப்பே கிடையாது அங்கு வேண்டாம் என்று எவ்ளின் கூற. அவர்களின் உரையாடலில் குறுக்கிட்ட கதிர்வேலன் ஓ இப்போது இந்த காட்டில் இருந்து நாம் நேரத்தைக் கடத்துவது உசிதமான செயல் அன்று வாருங்கள் நாம் நம் கூடாரத்திற்கு செல்வோம். யார் யார் நீ இங்கே என்ன செய்கிறீர்கள் இங்கு எதற்காக வந்தீர்கள் என்று எவ்ளின் வினவினாள். வணங்குகிறேன் இளவரசி எனக்கு என் நாட்டு மக்களின் சுதந்திரம் தான் முக்கியம் அதற்காக நான் என் உயிரையும் ஒருத்தனை கருதாது இங்கேயே மாய்க்க தயாராக உள்ளேன் அதற்காகத்தான் நான் இப்பொழுது அசோகனுக்கு உதவி செய்து கொண்டிருக்கிறேன் இருட்டிய பிறகுதான் இந்த தேசத்தை விட்டு உங்களால் செல்ல இயலும் அதுவரை இந்த அடர்ந்த வனத்தில் இருந்து நேரத்தைக் கடத்துவது உசிதமான செயல் என்று வாருங்கள் இந்நாட்டை வீரர்களால் எங்களுடைய கூடாரத்திற்கு ஒருபோதும் வர இயலாது மேலும் அது தான் இப்போதைக்கு பாதுகாப்பான இடமும் கூட ஆகையினால் என் வார்த்தையை தட்டாமல் என்னுடன் வாருங்கள். என்ன நடக்கிறது என்று ஒன்றுமே புரியாமல் இருந்த எவ்ளினோ. சரி புறப்படுவோம் என்று

கூற. இளவரசி மற்றும் அசோகன் குதிரையில் ஏறி அந்-
நாட்டில் தங்கியிருக்கும் அயல்நாட்டு போர்வீரர்கள் இருக்-
குமிடத்தை வந்தடைந்தனர். தேவி இரவு முழுவதும் நாம்
வெகுதூரம் பயணம் செல்ல இருக்கிறோம் உங்களுக்கு மிக-
வும் களைப்பாக இருக்கும் அதனால் சென்று உறங்குங்கள்
எதைப்பற்றியும் கவலை கொள்ளாதீர்கள் அனைத்தும் நான்
பார்த்துக் கொள்கிறேன். மேலும் ஒரு போதும் அவரின்
மேலேயும் உங்களை மீது பட விட மாட்டேன் இது சத்தியம்
என்று அசோகன் கூற. ஐயனே நான் தங்களுடைய வாழ்-
வேன் மேலும் தங்கள் என்னுடன் இருக்க எனக்கென்ன
கவலை என்று கூறியபடியே அங்கிருந்த மேஜையின் மீது
அமர்ந்து உறங்கினாள் எவ்ளின். பொழுது சாயும் வேளை-
யில் நூலினை எழுதிய அசோகன். இப்படியே நம்மால்
தேசத்தை விட்டு செல்ல இயலாது மேலும் தாங்கள் தங்-
கள் கூந்தலை அள்ளி முடிந்து கொண்டு ஒரு ஆண்
வீரனைப் போல வேடம் அணிந்து கொண்டு வாருங்கள்
என்று கூறினான் அசோகன். என்ன ஆண் வேடமா என்-
னிடம் ஆண் போல் வேடம் அணிவதற்கு உடை ஏதும்
இல்லையே. அதைப்பற்றி கவலை தங்களுக்கு வேண்டாம்
தேவி இந்தாருங்கள் சென்று வேடம் அணிந்து கொண்டு
வாருங்கள் என்று கூறினான் அசோகன்.

இளவரசியும் அசோகனும் ஒரு போர் வீரன் போல
வேடம் அணிந்து கொண்டனர் இங்கிலாந்து கடற்கரையை
வந்தடைந்தனர். அக்காலக் கட்டமோ இங்கிலாந்து கடற்-
படையில் சிறந்து விளங்கிக் கொண்டிருந்த நேரம் அது.
வீரர்கள் கடலில் தனது படகுகளுடன் இரவு பணியில்
இருந்தனர் இதைக்கண்ட இளவரசியும் ஐயனே என்ன இது
இவ்வளவு வீரர்கள் இருக்கிறார்களே இவர்களைத் தாண்டி
நாம் எப்படி இங்கிருந்து செல்வது. அச்சம் கொள்ளாதீர்கள்
தேவி நான் அதற்கு ஒரு திட்டத்தை வைத்திருக்கிறேன்
நான் வரும்வரை எங்கேயும் செல்லாமல் இங்கேயே இருங்-
கள் என்று கூறியபடியே அவ்விடத்தை விட்டு சற்று தூரம்
சென்றான் அசோகன். அசோகன் சென்று சில நிமிடங்-

கள் ஆகின ஆனால் அவன் திரும்ப வரவில்லை அசோ-
கன் சென்ற திசையிலோ ஒரு காடு பற்றி எரிவது போல்
புகையும் நெருப்பும் வந்தது இதனைக்கண்ட இளவரசியை
அதிர்ந்து போனால் என்ன நடக்கிறது என்று ஒன்றுமே
புரியவில்லையே இப்போது என்ன செய்வது என்று சிந்தித்-
தபடியே அங்கேயே அமர்ந்து இருந்தால் இதனை கண்ட
கடற்படை வீரர்கள் ஓடி வந்த திசையை நோக்கி ஓடினர்.
உடனே இளவரசியுடன் வந்த அசோகனும் இவர்களை
திசை திருப்புவதற்காக தான் நான் அங்கே சென்றேன்
என்று கூறியபடியே ஒரு படகினை இழுத்து வந்தான்.
தேவி இப்பொழுது நாம் இங்கிருந்து செல்வதற்கு இதுதான்
தகுந்த நேரம் படகில் ஏர் உங்கள் இவர்களது படை கிலோ
அல்லது வேறு ஏதோ வழியில் சென்றால் இவர்களுக்கு
நம் மீது சந்தேகம் வந்துவிடும் அதனால்தான் நான் என்-
னுடைய வீரர்களின் மூலம் இங்கு ஒரு படகினை மறைத்து
வைத்திருந்தேன் இப்போது இதுதான் தகுந்த நேரம் வாருங்-
கள் படையின் உதவியுடன் இங்கிருந்து சிறிது தூரம்
சென்றவுடன் நமக்கு பாதுகாப்பு கொடுப்பதற்காக ஜோ
கடற்கரையில் எல்லையில் நாட்டு வீரர்களுடன் இருப்-
பாள் அங்கு சென்று விட்டால் போதும் நாம் பாதுகாப்-
பாக இருக்கலாம் என்று கூறியபடியே துடுப்பைப் போடத்
தொடங்கினான் அசோகன். படகோ சிறிது தூரம் சென்-
றது அப்பொழுது அவர்கள் இருவரும் தப்பிச் செல்வதை
பார்த்த ஒரு வீரனும் " what the hell are you
doing here there is going there suddenly
go and catch them if we not catch them
means we will get severe punishment from
our queen" என்று அவன் கூறியதைக் கேட்டவுடன்
எண்ணத்தில் வந்தது என்று பார்க்க சென்றிருந்த வீரர்-
கள் அனைவரும் தங்களது படகை எடுத்துக்கொண்டு
அசோக்கை பின் தொடர்ந்து வந்தனர். எப்படியாவது இரு-
வரையும் பிடித்து விட வேண்டும் என்ற எண்ணத்தில்
இருந்த வீரர்கள் தங்களை துப்பாக்கியைக் கொண்டு

அவர்களை தாக்க தொடங்கினர். உடனே அசோகனும் பேபி என்ன நேர்ந்தாலும் நான் கூறுவதை மட்டும் செய்-யுங்கள் எக்காரணம் கொண்டும் நான் கூறுவதற்கு எதிர்-மறையாக செய்து விடாதீர்கள் இன்னும் சிறிது தூரம் தான் இருக்கிறது அங்கே ஜோவோ வீரர்களுடன் காத்துக்-கொண்டிருக்கிறார் நாம் அங்கே சென்று விட்டால் போதும் நாம் பாதுகாப்பாக இருக்கலாம் என்று கூறியபடியே தனது கையில் இருந்த ஒரு குண்டியை தூக்கி அந்த வீரர்கள் நோக்கி வீசிவிட்டு கடலில் குதித்தான் அசோகன் உடனே படகில் இருந்த கயிற்றின் மூலம் படகை இழுத்து நீந்தி செல்ல முயற்சி செய்தால் அசோகன். நான் இருக்கும் வரை என் நாட்டுப் போர் வீரனை எவராலும் வீழ்த்த இயலாது என்று கூறியபடியே அவர்களை நோக்கி ஒரு வெளிச்சம் வந்தது வெளிச்சத்தின் தாக்கத்தினால் மேலும் வேண்டி செல்ல முடியாத நிலையில் இருந்த அசோ-கனும் தன் படகின் மீது ஏறி அமர்ந்தான் அய்யனே மாட்டிக்கொண்டோம் இனிமேல் நம்மால் இங்கிருந்து தப்-பிக்க இயலாது என்றே நினைக்கிறேன் நாம் இறந்துவிடு-வோம் போலிருக்கிறதே இப்பிரபஞ்ச வாழ்க்கையை நான் தீர்ப்பதற்கு முன்பாக தங்கள் உடன் ஒன்று கேட்டால் எனக்காக தாங்கள் செய்தி தருவீர்களா என்று விடுதி கொண்டிருக்கும்போதே அப்போலோ அவர்களுக்கு அருகில் வந்தது அதிலிருந்து ஒரு கயிறு அசோகன் இருந்த படகை நோக்கி வீசப்பட்டது நமக்கு போதிய நேரமில்லை உடனே மேலே ஏறி வாருங்கள் இங்கிருந்து புறப்பட வேண்டும் என்ற குரல் வந்தது.

அங்கிருந்து தப்பிச் செல்வதற்கு வேறு வழி இல்லை என்று நினைத்த அசோகனோ தேவி தாங்கள் முதலில் செல்லுங்கள் பின்னால் நான் வருகிறேன் என்று கூறியப-டியே எவ்ளின் ஐ மேலே அக்கப்பலில் ஏற்றி விட்டு தானும் அக்கப்பலில் ஏறினான். அக்கப்பலில் அவர்கள் ஏறியவு-டன் அவரை நோக்கி வந்த ஒரு வீரனோ ஜெர்மானிய தேசத்திற்கு தங்களை வரவேற்கிறேன் வெகு தூரம் பிர-

யாணம் செய்து வந்து இருப்பதினால் தாங்கள் களைப்பாக இருப்பீர்கள் என்று நான் அறிவேன் சற்று இந்த பாணியை அருந்துங்கள் மேலும் தங்களுக்கு வேண்டிய ஏற்பாடுகளைச் செய்து தரும்படி எங்களது தலைவனின் கட்டளையாகும் உங்களை எவ்வித சேதமும் இன்றி எங்கள் நாட்டிற்கு அழைத்துச் செல்வது என்னுடைய பொறுப்பு என்று ஓடிக் கொண்டிருக்கும் பொழுது அவனது பேச்சில் குறுக்கிட்ட அசோகனும் யார் நீ? இவ்வளவு பெரிய போர் கப்பலுக்கு சொந்தக்காரனாக இருக்கிறாயே பார்ப்பதற்கு என் நாட்டு வீரன் போலவும் தெரியவில்லை என்று வினவ அதற்கு பதிலளித்த அவனும். ஆம் நான் உங்கள் நாட்டை சேர்ந்தவன் அல்ல நான் ஜெர்மன் நாட்டைச் சார்ந்தவன் எங்கள் கூட்டத்தை தலைவனோ ஜோ கூறுவதை செய்யும்படி கூறினார் மேலும் என்னை ஜோவின் மெய் பாதுகாவலனாக நியமித்தார். ஜோவின் கட்டளைக்கு அடிபணிந்து நான் உங்களை காப்பாற்ற வந்தேன் அதோ பாருங்கள் அங்கே இருக்கிறாள் மேலும் இரு வினாடிகளுக்குள் நாம் அவள் இருக்கும் கப்பலுடன் சென்று அடைந்து விடுவோம் என்று கூறியபடியே அவ்விடத்தை விட்டுச் சென்றான். வீரன் கூறியதைக் கேட்டவுடன் எவ்ளினோ பெருமூச்சு விட்டாள் ஐயனே எப்படியோ நாம் பிரிந்து விட்டோம்.

இருவரும் சிறிது நேரத்தில் ஜோ இருந்த படகினை வந்தடைந்தனர். இதுவரையும் கண்ட ஜோ அனைத்தும் முடிந்தது நாளை தங்கள் இருவருக்கும் திருமணம் மேலும் என் திருமண வாழ்த்துக்கள் என்று ஜோ கூறினாள். ஜோ நீயார் ஆடல் அரிசியாக இருந்தாயா? பிறகு எப்படி உனது பெயர் ஜோ என்று வந்தது? மேலும் எங்களை அழைத்து வந்த அவனோ என் என்னுடன் முகம் கொடுத்து கூட பேச மறுக்கிறான் எனக்கு ஏதோ அவன் மீது சந்தேகமாக இருக்கிறது முதலில் நீ யார் என்று என்னிடம் சொல். ம்ம்ம் எனது பெயரோ எழில்விழி சோழ தேசத்து அரண்மனை ஆடலரசி ஆவேன். மேலும் அயல் நாட்டவர்கள் நம் நாட்டில் வணிகம் செய்து கொண்டிருக்கும் பொழுது-

தான் நான் அவனை பார்த்தேன் அவனது பெயர் "john jo Richard" ஆகும் நாங்கள் இருவரும் ஒருவரை ஒருவர் காதலித்தோம் திருமணம் செய்து கொள்வதாகக் கூறி என்னை இங்கே அழைத்து வந்தான் ஆனால் இந்நாட்டு ராணிக்கோ என்னை சிறிதும் பிடிக்கவில்லை என்னை ஏதோ ஒரு ஒதுக்கப்பட்ட பிறவி போலவே பார்த்தாள் எங்கள் திருமணத்திற்கு தடையாக இருந்ததே அந்நாட்டு ராணிதான் அந்நாட்டில் எவ்வித திருமணமாக இருப்பினும் ராணியுடன் அனுமதியுடன் தான் தேவாலயத்தில் திருமணம் நடைபெற வேண்டும் ராணி அனுமதி தர மறுத்த காரணத்தினால் அவனோ ராணியை கொள்வதற்கு முயற்சி செய்தான் இதனை அறிந்து கொண்ட ராணியோ அவனுக்கு ஆயுள் தண்டனை விதித்தார். என்று ஜோ கூறியதைக் கேட்டவுடன் எவ்ளினோ என்ன கூறுகிறீர்கள் எனது தாய் அப்படியே செய்தார். நான் உன் தாய் என்று கூறவில்லையே அவருக்கு சொந்த ஊரு France ஆகும். மேலும் வயிற்றுப் பிழைப்புக்காக தான் நான் லண்டன் வந்தேன் வேறுவழியின்றி அங்கேயே தங்க வேண்டிய கட்டாயத்திற்கு தள்ளப்பட்டு அங்கேயே தங்கி விட்டேன் எனக்கு நிகழ்ந்த கொடுமை போல் உங்களுக்கும் நிகழ்ந்து விடக்கூடாது என்ற காரணத்திற்காகத் தான் நான் என் உயிரையும் பணைய வைத்து உங்களுக்கு உதவி செய்து கொண்டிருக்கிறேன். எனக்கும் அந்த கப்பலின் தளபதியின் மீது சந்தேகமாக இருக்கிறது நான் பேசுவதை அவன் காது கொடுத்துக் கூட கேட்க மாட்டான் என்று இவர்கள் உரையாடிக் கொண்டிருக்கும் பொழுதே ஏதோ ஒரு நிழல் அவர்கள் பேசுவதை ஒட்டுக் கேட்பது போல் உணர்ந்த ஜோ சட்டென்று அங்கு வைக்கப்பட்டிருந்த ஒரு பாலினை எடுத்து அந்த நிழல் வந்த திசையை நோக்கி வீசினாள் யார் என்று சென்று பார்த்தால் அது அக்கப்பலின் தளபதி. சொல் என்னிடம் கூறு யார் நீ எதற்காக நாங்கள் பேசுவதை உற்று கேட்கிறாய் என் நாட்டு ஒற்றன் நீ. இப்பொழுது என்னுடன் உண்மையை கூற போகிறாயா அல்லது இங்கேயே

உயிரை விடப் போகிறாயா என்று வினவினான் அசோகன். இதனைக்கேட்ட அவனோ ஐயோ வேண்டாம் வேண்டாம் நான் யார் என்பதனை கூறிவிடுகிறேன் என்னை விட்டுவி-டுங்கள். சரி கூறு யார் நீ? "I am the commander in chief for Russian navy which comes under the Harbour of Saint Petersburg" எங்கள் தேசத்து பழைய தளபதியின் கட்டளை தங்களை எப்படியாவது எங்-களுடைய ராணுவத்தில் இணைத்து இங்கிலாந்தை வீழ்த்த வேண்டும் என்று அதன் காரணமாகத்தான் நான் ஒரு சராசரி மாலுமி போல் நடித்து ஜெர்மானிய தேசத்தில் நுழைந்து ஜோ விற்கு உதவி செய்வதுபோல் நடித்து உங்-களை பெரும் ஆபத்தில் இருந்து மீட்டேன்.

நானும் அதை தான் எதிர்பார்த்தேன் அனைத்தும் கைகூடி வந்து விட்டது இனி பொறுமையாக இருக்க வேண்டாம் நான் கூறுவதை நன்றாக கேள் இங்கிருந்து நீ உனது நாட்டிற்கு செல் உன் படைத்தலைவன் இடம் நான் நாளை மறுதினம் அவனை சந்திக்க வருகிறேன் என்று கூறி மேலும் ஒரிரு நாட்கள் நான் இங்கு தங்க வேண்-டிய காரணத்தினால் என்னால் தற்போது வர இயலாது என் மேலும் தற்போதைய நிலைமையை பற்றி உன் தளபதியி-டம் எடுத்துக் கூறு. என்று அசோகன் போறேன் அந்த கப்பலின் தலைவனோ தனது மாலுமிகளுடன் தனது போர் கப்பலில் ஏறி ஆர்க்டிக் பெருங்கடலில் தனது தேசத்தை நோக்கி சென்றான். மறுபுறமோ அசோக் மற்றும் எவ்லி-னின் திருமண சடங்குகளுக்காக அனைவரும் ஜெர்மனிய தேசத்தை வந்தடைந்தனர். மறுநாள் காலையில் சூரியன் உதிப்பதற்கு முன்பாகவே திருமண வேலைகள் அனைத்-தும் நடந்து கொண்டிருந்தன. எவ்லிவோ தன்னை அலங்-கரித்துக் கொண்டு திருமண மேடைக்கு நடந்து வந்தாள் எவ்லின் வருவதனை கண்டு அங்கு கூடியிருந்த மக்கள் அனைவரும் தேவலோகத்திலிருந்து தேவதையே இறங்கி வந்தது போல் இருக்கிறாளே என்று வர்ணித்தனர். அங்குக் கூடியிருந்த ஜெர்மன் நாட்டு மன்னனோ அடடா என்ன

என்ன ஒரு அழகு இப்படிப்பட்ட பெண்ணே என் வாழ்நாளில் நான் இதுவரை பார்த்ததே இல்லை " she is walking is like a dance of a peacock I ever seen such a kind of woman in my life you look like an angel " என்று எவ்ளின் ஐ கண்டு வர்ன் நினைத்தான் அந்நாட்டு அரசன். இருவருக்கும் திருமணம் முடிந்த சில நொடிகளிலேயே ரஷ்ய நாட்டில் இருந்து அசோக் எனக்கு ஒரு கடிதம் வந்திருந்தது அக்கடிதத்தில் இருந்த செய்தி என்ன வாயின்? வீரனே அவசரம் பிரெஞ்சு நாட்டு படைகள் எங்களது நாட்டு வீரர்களை துவம்சம் செய்து கொண்டிருக்கிறது தாங்கள் உடனே வந்து எங்களுக்கு உதவும் படி எங்கள் படைத்தளபதி வேண்டுகோள் விடுக்கிறார் மேலும் தாங்கள் எங்களுக்கு உதவி செய்தால் தங்களுக்கு வேண்டிய அனைத்தையும் நாங்கள் செய்து தருகிறோம் இது மட்டுமின்றி தங்கள் நாட்டு விடுதலைக்காக நாங்கள் போராடுகிறோம் என்று அக்கடிதத்தில் இருந்தது. இதனைக்கண்ட அசோகநோ. தங்கள் வருகைக்கு நன்றி அரசே நாங்கள் செல்கிறோம் என்று கூற அதற்கு பதில் கூறிய ஜெர்மன் நாட்டு அரசனும் எங்கே செல்கின்றீர்கள் இப்பொழுது இருக்கும் இந்த சூழ்நிலையில் தங்கள் இங்கேயே இருப்பது தான் தங்களுக்கும் தங்களைச் சுற்றி உள்ளவர்களுக்கும் நன்மை என்று அவன் கூற. இல்லையில்லை இங்கிருந்து நான் மட்டும்தான் செல்ல போகிறேன் மேலும் எனது எனது மனைவியையும் யாவையையும் அவர்கள் வசித்த அந்த வனப் பகுதியிலேயே விட்டு விட்டுச் செல்கிறேன் அதுதான் அவர்களுக்கு பாதுகாப்பான இடமும் கூட என்று கூறியபடியே அனைவரும் அவ்விடத்தை விட்டுச் சென்றனர்.

எவ்ளினின் அழகில் மயங்கிய ஜெர்மன் நாட்டு மன்னன் மேலும் அசோகன் அவனது மனைவியை ஜெர்மன் தேசத்திலேயே தங்க ஒத்துழைக்காத காரணத்தினால். இவர்களை பழிவாங்க வேண்டும் என்ற எண்ணத்தில். இங்கிலாந்து இளவரசிக்கு அவளுடைய மகள் எங்கு ஜெர்மன் நாட்டில்

இருப்பதாக தகவல் அனுப்பினான். ஒருபுறம் அசோகனின் சுற்றிப் அவர்களே இருக்க. எவ்ளினை தனியாக அந்த காட்டில் விட்டுவிட்டு சோவியத் யூனியன் ரஷ்ய தேசத்தை நோக்கி செல்ல ஆயத்தமாகி கொண்டிருந்தான் அப்பொழுது அவனை காண வந்தால் எவ்ளினோ. அய்யனே வாழ்வின் உமிழப்படும் எதை நீ எனக்கு நேர்ந்தாலும் அது தங்களுடன் தான் மேலும் தீவனத்தில் இருக்க எனக்கு சிறிதும் விருப்பமில்லை என்னை தங்கள் உடனே அழைத்துச் செல்லுங்கள் என்று கூற. தேவி நாம் இப்பொழுது எந்த சூழ்நிலையில் இருக்கிறோம் என்பதனை சற்று புரிந்து கொள்ளுங்கள் தாங்கள் என்னுடன் வருவது உசிதமான செயல் என்று தாங்கள் இவ்வனத்தில் இருப்பதே தங்களுக்கு முழு பாதுகாப்பை அளிக்கும் மேலும் தங்களுடன் தான் ஜோவை விட்டுச் செல்கிறேன் மேலும் ஜோ இருக்கும் வரை தாங்கள் எதைப்பற்றியும் கவலைப்பட வேண்டாம். என்று உரையாடிக் கொண்டிருக்கும் போதே அவர்களின் உரையாடலில் குறிப்பிட்ட ஜோ இளவரசியைப் பற்றி புரிய அளவும் தங்களுக்கு கவலை வேண்டாம் நான் அவளைப் பார்த்துக் கொள்கிறேன் தாங்கள் சென்று வெற்றியுடன் வாருங்கள் தங்கள் வெற்றிக்காக நாங்கள் இங்கு காத்துக் கொண்டிருக்கிறோம் என்று கூற. அசோகநோ கப்பலில் ஏற அக்கப்பல் ஆர்டிக் பெருங்கடல் நோக்கி புறப்பட தயாரானது. ஜெர்மன் நாட்டில் இருந்து புறப்பட்ட அசோகநோ ஆர்டிக் பெருங்கடல் வழியே ரஷ்ய ஆளுகைக்கு கீழ் உள்ள போலந்து நாட்டை வந்தடைந்தான்.

அசோகன் வரவழைக்க அங்கு காத்திருந்த ரஷ்ய நாட்டு தளபதியோ பூங்கொத்து கொடுத்து தங்களை வரவழைக்கும் சூழ்நிலையில் நாங்கள் இப்போது இல்லை எங்களது நிலையை பற்றி நான் உங்களுக்கு விளக்க வேண்டாம் என்று நினைக்கிறேன். எங்களது ஒற்றனாக நீங்கள் இங்கிலாந்து நாட்டிலிருந்து புதிய தகவல்களைச் சேர்த்து எங்கள் நாட்டை பெரிதாகவும் காப்பாற்றி விட்டீர்கள் மேலும் அந் நாட்டு வியூகங்களை உடைப்பேன் அவர்களுக்கு எதிரே

போர் செய்ய நீங்கள்தான் சரியான ஆள் என்பதினால் இந்த போலாந்து நகரத்தையே நான் உங்கள் கட்டுப்பாட்டிற்கு தருகிறேன் நாளை காலை முதலே தாங்கள் எங்கள் கப்பல் படையின் தளபதியாக பதவி ஏற்றுக் கொள்ளுங்கள். என்று ஓயாமல் தன் நாட்டு கவலையை கூறிக் கொண்டிருந்த படை தளபதியை செம் மாட்டினை கண்டு அசோகனோ. போதும் தளபதியாரே தங்களது நிலையை பற்றி நான் முழுவதும் அறிவேன் மேலும் தாங்கள் கூறியபடியே நான் நாளை முதலே உங்கள் கப்பல் படையில் தளபதியாக பொறுப்பேற்று போலந்து நகரை என் ஆளுகைக்கு கீழ் தந்தமைக்கு நன்றி ஒரிரு ஒற்றர்களை நான் இங்கிலாந்து நாட்டில் விட்டுவிட்டு தான் இங்கே வந்திருக்கிறேன் அவர்கள் எனக்கு உதவி செய்வதற்கு போதிய அளவு எனக்கு நவீன தொழில்நுட்பங்கள் தேவை அவைகளை மட்டும் தாங்கள் எனக்கு ஏற்பாடு செய்து தாருங்கள் மற்றவை நான் பார்த்து கொள்கிறேன் என்று கூறியபடியே அங்கிருந்த ஆர்டிக் பெருங்கடல் மற்றும் ஐரோப்பா கண்டத்தின் வரைபடத்தை பார்த்து பிரிட்டிஷ்காரர்களை விட திட்டம் தீட்ட தொடங்கினான் அசோகன். சரி தங்கள் கூறியபடியே நான் செய்து தருகிறேன் என்று கூறியபடியே அங்கிருந்து சென்றார். ரஷ்ய நாட்டு படைத்தளபதி. மேலும் தங்கள் நாட்டில் இருப்பது தனது மகள் இல்லை என்று அறிந்து கொண்ட இங்கிலாந்து நாட்டு இளவரசியோ உடனே எனது மகளை அங்கேயே சிறை பிடித்து வையுங்கள் தங்களுக்கு வேண்டியதை நான் செய்து தருகிறேன் என்று ஜெர்மன் நாட்டு அரசு அழைப்பு கடிதம் அனுப்பினால் இங்கிலாந்து நாட்டு அரசி. தன்னுடன் இருப்பது அசோகன் உடைய நண்பன் என்று அறிந்து கொண்ட ராணியோ அவனை வைத்தே அசோகனை பிடிக்க திட்டம் தீட்டினார். மறுநாள் சூரியன் உதயமாக இங்கிலாந்து மற்றும் பிரெஞ்ச் ஆகிய இரு தேசங்களும் இணைந்து இரசீது ரஷ்ய நாட்டின் மீது போர் தொடுக்க ஆரம்பித்தன. அது பனிக்காலம் என்பதினால் இங்கிலாந்து வீரர்களுக்கு ரஷ்ய நாட்டு வீரர்கள்

ஒருவரும் தென்படவில்லை. சரி ரஷ்ய நாட்டை மறுபுறம் இருந்து தாக்குவதற்காக தங்களது முழு கப்பல் படைகளையும் ஆர்டிக் பெருங்கடல் வழியே செலுத்தி அந்நாட்டின் மறுபுறம் தாக்குவதற்கு முயற்சி செய்தனர். எதிரிகளின் தாக்குதலை துல்லியமாகக் கணித்த அசோகனோ அவரின் கப்பல் படை மறுபுறம் சென்று கொண்டிருக்கும் பொழுது அந் நாட்டில் விளையும் கச்சாஎண்ணெய் களைக் கொண்டு கடலின் மேற்பரப்பில் ஊற்றி தீ மூட்டினான் மறுபுறமோ பணியில் மறைந்திருந்த வீரர்கள் தரையில் தாக்கத் தொடங்கின. ஒரு புறம் அவர்களது கப்பல்படை தீயில் 80% கருகி போக மறுபுறமோ ரஷ்ய தேசத்து வீரர்கள் தரையில் தங்கள் நாட்டிற்குள்ளேயே வந்து பெரும்பாலுமான பகுதிகளை கைப்பற்ற தொடங்கினேன் இரு நாட்களிலேயே இங்கிலாந்து மற்றும் அதன் கூட்டணி நாடுகளால் ரஷ்ய தேசத்துடன் தங்களது பெரும்பான்மையை இழந்தன.

போரில் பெரும்பான்மையான பகுதிகளை இழந்து பெரும் சேதத்திற்கு உட்பட்ட இங்கிலாந்து வேறுவழியின்றி ஜெர்மன் நாட்டின் உதவியை நாடினேன் ஒருபுறம் தங்களது நாட்டை வளர்த்துக் கொள்ள வேண்டிய சூழ்நிலையில் இருந்த ஜெர்மன் மற்றும் இத்தாலி நாடுகளுக்கு இது ஒரு வாய்ப்பாக அமைந்தது இரு நாடுகளுக்கிடையே ஆயுதம் உணவே மேலும் வீரர்கள் பரிமாற்றத்தை தொடங்குவதற்காக ஒப்பந்தம் இட்டுகொண்டன போரில் அவர்கள் நாடு வெற்றி பெற்றதை கொண்டாடிக் கொண்டிருந்த ரஷ்யர்கள் போலந்து நகர் இருக்கு அரசனாக அசோனை நியமனம் செய்தனர் எவ்ளினை அழைத்துக்கொண்டு ரஷ்யா வரும்படி யோகிக்கு அசோகன் கடிதம் எழுதினார். ஒருபுறம் ரஷ்ய வீரர்கள் தங்களது வெற்றியை கொண்டாடிக் கொண்டிருந்த நேரத்தில் மறுபுறமோ இங்கிலாந்துடன் ஜர்மன் கைகோர்த்து அசோக் அனைத்து மேலும் தங்களது நாட்டை விரிவு படுத்தி இரசியாவின் வைத்த திட்டம் தீட்டிக் கொண்டிருந்தனர். அப்பொழுதுதான் இங்கிலாந்து நாட்டின் ராணி. அசோக் அணை வரவைக்க ஒரு திட்டம்

தீட்டி இருந்தார். மறு நாள் பொழுது விடிந்த உடன் ஜெர்-
மன் வனத்தில் தங்கியிருந்த ஜோ மற்றும் அசோகனின்
மனைவி தங்களது உறவினர்களை அழைத்துக் கொண்டு
ரஷிய தேசம் புறப்படத் தயாராகிக் கொண்டிருந்தனர். மறு-
புறமோ அசோகனின் குறித்த திட்டம் தீட்டிய இங்கிலாந்து
நாட்டு அரசி நாட்டுக்கு செய்த துரோகத்தின் காரண-
மாக அவளது மகளையே தூக்கிலிடுவது ஆக அறி-
விப்பு பிடித்திருந்தால் இதனைக் கேட்டு அதிர்ந்து போன
அசோகனும் தனது நண்பனை காப்பாற்ற ரஷ்யாவிலிருந்து
இங்கிலாந்தை நோக்கி தனது கப்பலில் பயணம் செய்-
யத் தொடங்கினார். மற்றும் அவரின் மனைவி போலந்து
நாட்டை வந்தடைந்தனர் ஆண்களுடன் வருகையைக்
கண்ட போலந்து நாட்டு மக்களோ " வாழ்க வாழ்க இந்-
நாட்டு பட்டத்துராணி அவளில் எவ்ளின் வாழ்க என்று
முட்டும் அளவிற்கு கோஷங்களை எழுப்பி அன்பால் எவ்-
ளினை அவர்கள் நாட்டிற்குள் வரவழைத்தனர். அப்போது
அங்கு வந்த இங்கிலாந்து நாட்டு அகதிகளின் தலைவன்
மற்றும் உடைய நண்பன் ஆகிய கதிர்வேலன் ஓ எவ்ளின்
நற்றும் கோவை நோக்கி தேவி தாங்கள் இங்கு இருப்-
பது தங்களுக்கு ஆபத்தாகும் மேலும் இங்கிருந்து உடனே
புறப்படுங்கள் தங்களது கணவர் அசோகனை இங்கிலாந்து
நாட்டில் அரசு சிறை பிடித்து விட்டார் மேலும் தங்களை
சிறை பிடிப்பது அவர்களின் நோக்கமாகும் இங்கிருந்து எப்-
படியாவது எங்கள் தப்பி செல்லுங்கள் இதோ உங்களுக்காக
நான் இங்கிருந்து தென்னிந்தியா சென்று சேருவதற்காக
கப்பல் ஒன்றை தயார் செய்து உள்ளேன் அதன் உதவியு-
டன் இங்கிருந்து தப்பிச் செல்லுங்கள். ஆர்டிக் பெருங்க-
டலை கடந்து எப்படியாவது இந்திய பெருங்கடலில் சென்று
அடைந்து விடுங்கள் இந்திய பெருங்கடலில் எனது தலை-
யன் கவி நிலவறைக்கு நான் தூதுவரை அனுப்பி விட்-
டேன் தாங்கள் அங்கே வாரிசுகள் என்று மேலும் தங்களை
அவன் அங்கு பார்த்துக்கொள்வான் சிறிது நாட்களுக்கு
தங்கள் அங்கு வாசிப்பது தான் உசிதம். இப்பொழுது நம்

கட்டுப்பாட்டுக்குள் ஆர்டிக் பெருங்கடல் இல்லை எப்படியா-வது இந்த ஆர்டிக் பெருங்கடலை கடந்து அங்கு சென்று சேர்ந்து விடுங்கள் இளவரசியை அங்கு கொண்டு சேர்ப்பது பொறுப்பாகும் எக்காரணம் கொண்டும் கடலில் கப்பலை நிறுத்தாதீர்கள். உடனே செல்லுங்கள் என்று கூறியபடியே எங்களை வலுக்கட்டாயமாக அக்கப்பலில் ஏற்றினர். நாங்-களோ அக்கப்பலில் ஏற அக்கப்பல் அங்கிருந்து புறப்பட தயார் ஆகினேன்.

எவ்விளினோ சோதனை நினைத்து பெரும் கவலை அடைந்து கப்பலிலேயே ஒரு அறையில் தன்னைத்தானே தனிமைப் படுத்திக் கொண்டிருந்தார். நிலைமையைப் புரிந்து கொண்டு ஜோவோ. இளவரசியை காப்பாற்றுவது என்னு-டைய கடமையாகும் மேலும் எப்படியாவது இந்த ஆர்டிக் பெருங்கடலைக் கடந்து இந்திய பெருங்கடலில் சென்று அவருடைய தமையன் கவிஞர் அவனை சென்றடைய வேண்டும் என்று எண்ணியபடியே. எவர் கண்ணும் சிக்காத வண்ணன் கப்பலில் இருந்த விளக்குகள் அனைத்தையும் அணைய செய்துவிட்டு ஒரே ஒரே ஒரு வழிகாட்டி விளக்கின் உதவியுடன் கப்பலை வழிநடத்திச் சென்றார். அவர்கள் கப்பல் ஐரோப்பா கண்டத்தை கடக்க இருந்த போது அவர்களுடைய கப்பலை தாக்குவது போல் தெரிந்-தது. என்னை அறிந்து கொண்டு ஜோவோ எதிர் தாக்குத-லுக்கு தயாராகுங்கள் மேலும் என்னுடைய ஆணை கதா-பாத்திரங்கள் நான் தாக்கத் தொடங்கி விடுங்கள் என்று அக்கப்பலில் இருந்த வீரர்களுக்கு ஜோ கட்டளையிட்டாள். வீரர்களும் ஜோவின் ஆணையை கேட்டு தாக்குவதற்கு ஆயத்தமாகிக் கொண்டு இருந்தன தொடங்குங்கள் தாக்-குதலை என்று ஜோ கூற அவளின் காதுகளுக்கு வந்து சேர்ந்த அச்செய்தியை கேட்டு ஜோ ஒரு நிமிடம் அதிர்ந்து போய் நாள். உறுதியும் இருந்து எப்படி செல்வது இளவ-ரசியை எப்படி மீட்பது உயிரே போன மாட்டோமா என்று ஜோவின் மனதிற்குள்ளேயே பல கேள்விகளும் ஓடிக்-கொண்டிருந்தன. எப்படியாவது இளவரசியை இங்கிருந்து

தப்பிக்க வைக்க வேண்டும் என்ற எண்ணத்தில் இருந்து ஜோ இளவரசியை அழைத்து " தேவி நாம் இக்கப்பலில் இருக்கிறோம் என்பதனை நம் எதிரிகள் அறிந்துகொண்-டனர் மேலும் கப்பலிலேயே நாம் நமது பயணத்தை தொடர்வது நமக்கு மிகுந்த ஆபத்தினை விளைவிக்கும் அதன் காரணமாக நாம் மற்றும் சில முக்கியமான வீரர்கள் மற்றும் படகில் ஏறி பயணம் செய்ய உள்ளோம் இந்தப் பாதுகாப்பு உடை அணியுங்கள் என்று எவ்ளினின் கையில் பாதுகாப்பு உடையை ஜோ கொடுக்க. ஜோ கூறுவதை தன் காதுகளால் கேட்கும் நிலையில் இல்லாத எவ்ளிண்ணோ. என்னவர் அங்கு உயிருக்கு போராடிக் கொண்டிருக்கும் நிலையில் நான் மட்டும் சந்தோஷமாக இங்கிருந்து எப்படித் தப்பிச் செல்ல முடியும் ஜோ? வேண்டாம் வேண்டாம் நாம் நம் பயணத்தை தொடங்க வேண்டாம் வா நாம படகில் ஏறி நாம் இங்கிலாந்து செல்வம் என் தாயுடன் நான் பேசு-கிறேன் நான் கூறினால் அவள் கேட்பாள். எனது தாய் மிகுந்த கோபம் உடையவள் தான் ஆனால் கொடுமைக்-காரி அல்ல மேலும் நான் கருவுற்றிருக்கும் மேலே என் தாய் அறிந்தால் அவள் என்னை அரவணைப்பால் தவிர என்னை அழிக்க வேண்டும் என்ற எண்ணத்தை அவர் கைவிட்டு விடுவார். இப்படி நாடு நாடாக ஓடி உயிர் பிழைப்பதற்கு நாம் அவர்களிடமே சென்று உயிர்ப்பிச்சை கேட்கலாம் நிச்சயம் அவள் நமக்கு உதவி செய்வார் என்று நான் நினைக்கிறேன் ராஜு நாம் என் தாய் உடனே செல்லலாம் எவ்ளின் கூறுவதை கேட்டு ஜோ. தங்களது கட்டளையை நான் வெறுக்கிறேன் என்று எண்ணவேண்-டாம் தேவி என்னை மன்னித்துவிடுங்கள் இப்பொழுது நாம் இருக்கும் சூழ்நிலையை சற்று அறிந்து கொள்ளுங்கள் ஆம் உங்கள் தாய் உங்களை அரவணைப்பால் தான் ஆனால் ஒன்றை சிந்தித்துப் பாருங்கள் தங்களது கணவர் அசோ-கன் ஆகிவிட தாங்கள் 100 இல்லை ஆயிரம் மடங்கு உயர்ந்தவர். தாங்கள் தங்கள் கணவரை ஏற்றுக் கொண்-டால் அது வேறு ஆனால் தங்களது தாய் ஓர் தங்க-

எது கணவரை மன்னித்து ஏற்றுக்கொள்வார் என்று எதை வைத்து கூறுகிறீர்கள்.

என்று இருவரும் வினவிக் கொண்டே இருக்கும்பொழுதே அவ்வழியில் ஒவ்வொரு போர்க்கப்பல் வந்தது. அதனை கண்ட ஜோ. தேவி அங்கே பாருங்கள் ஒரு போர்க்கப்பல் நம்மை நோக்கி வந்து கொண்டிருக்கிறது உதவிக்காக நாம் அவர்களை நாடுவோம் நிச்சயம் அவர்கள் நமக்கு உதவி செய்வார்கள் என்று கூறியபடியே அந்த கப்பலை நோக்கி உதவி செய்யுங்கள் என்று கத்திக்கொண்டு இருந்தாள். ஜோ அந்தக் கப்பலை சற்று உற்றுநோக்கி பார் அதில் ஆட்கள் யாரும் இல்லை நாம் எப்படி அதை நிறுத்த போகிறோம். அதனைப் பற்றிய கவலை தங்களுக்கு வேண்டாம் தேவி நம் வீரர்கள் அதை பார்த்துக் கொள்வார் என்று எவ்ளினுக்கு பதில் கூறிவிட்டு வீரர்களே அங்கே பாருங்கள் அந்தப் போர்க் கப்பல் நம்மை நோக்கி வந்து கொண்டிருக்கிறது ஆனால் அதனிலும் ஆட்கள் யாரும் இல்லை யாவது முயற்சி செய்து நம் கப்பலிலிருந்து அந்த கம்பெனிக்கு சென்று அக்கப்பலை கட்டுப்படுத்துங்கள் அக்கப்பலின் உதவியுடன் தான் நாம் இங்கிருந்து தப்பிச் செல்ல இயலும் மேலும் நமது கப்பல் சேதமடைந்து இருப்பதன் காரணத்தினால் நம் கப்பலில் இருந்து நமக்கு அத்தியாவசிய தேவைக்கு வேண்டிய பொருட்களை எடுத்துக் கொள்ளுங்கள் என்று இதோ வீரர்களை நோக்கி கூற. ஜோவின் கட்டளைக்கு அடிபணிந்த வீரர்களோ உடனே கயிற்றின் உதவியுடன் இரு கைகளையும் இணைத்து இக்கப்பலில் இருந்து சென்று அக்கப்பலை நிறுத்தின மீண்டும் படகில் இருந்து கப்பலில் ஏறிய எவ்ளின் மற்றும் ஜோ தங்களது பயணத்தை தொடர மேற்கொண்டனர் ஆனால் அவர்களை பின்தொடர்ந்து வந்த பிரஞ்ச் தேசத்து வீரர்கள் அவர்கள இருக்கும் இடத்தை கண்டறிந்து விட்டனர் அவர்களைத் தொடர்ந்து வருவதற்கு முன்பாக ஒரு வழியோ எப்படியோ ஜோ இருந்தா கப்பல் இந்தியப் பெருங்கடலை வந்தடைந்தது அவர்கள் இந்திய

நாட்டில் மண்ணை தொட்டு விடக்கூடாது என்ற எண்ணத்தில் இருந்த பிரெஞ்ச் நாட்டு வீரர்கள். எங்களது கப்பலை சரமாரியாக தாக்கிக் கொண்டிருந்தனர். எப்படியாவது அங்கிருந்து தப்பிக்க வேண்டும் என்ற எண்ணத்தில் எங்கள் கப்பலில் இருந்த ஒரு மாலுமி இந்திய கப்பல் படைக்கு தகவலை தெரிவித்து விட்டார் நாங்கள் இந்திய கப்பல் படையின் உதவியை நாடுகிறோம் என்பதனை எப்படியோ தெரிந்துகொண்ட பிரெஞ்ச் நாட்டு வீரர்கள் அவர்களிடம் இருந்த அதி நவீன ஆயுதங்களால் எங்களை தாக்க தொடங்கினர் அவர்களிடமிருந்து தப்பிப்பதற்காக நான் மற்றும் ஜோ மேலும் சில மாலுமிகள் கப்பலின் அடியில் சென்று பதுங்கி விட்டோம் இந்திய கப்பல் படை எங்களை விட்டு வருவதை கண்ட பிரெஞ்சு தேசத்து வீரர்கள் தங்கள் வந்த வழியே அப்படியே திரும்பி சென்று விட்டனர் மேலும் எங்களை மீட்க வந்த இந்திய கப்பல் படையினர் ஓவியங்களை வந்தடைவதற்கு தாமதமாக உயிருக்கு போராடிய இந்நிலையிலேயே நாங்கள் அங்கேயே இருந்தோம் அப்பொழுது தான் தாங்கள் வந்து என்னை மீட்டுக் கொண்டு இந்த கிராமத்திற்கு கொண்டு வந்தீர்கள் என்று ஒரு புறம் எவ்ளின் தன்னை காப்பாற்றி நாகப்பட்டினத்திற்கு கொண்டு வந்த தமிழக மீனவர்களிடம் கூற. மறுபுறம் ஜோ தன்னை காப்பாற்றி லட்சத்தீவு கிராமத்திற்கு கொண்டு வந்த கதிர்வேல் எனது தமையன் கவிநிலவன் இடம் கூறினாள்.

சரி தாயே வெகு தூரம் பயணம் செய்து வந்து இருப்பதினால் நீங்கள் மிகவும் களைப்பாக இருப்பீர்கள் என்பதை நான் அறிவேன் மேலும் என்னால் தங்களுக்கு உதவ முடியுமா முடியாதா என்று நானறியேன் ஆனால் என்னால் முடிந்த முயற்சியை நான் உங்களுக்கு செய்கிறேன் தங்களுக்காக இல்லாவிட்டாலும் தங்கள் வயிற்றில் வளரும் குழந்தைக்காக வாழ்வது சற்று உணவை உண்டு விட்டு நன்றாக உறங்குங்கள் தாயே என்று ஜோசப் கூறியதுடன் எவ்ளின் அங்கு தங்குவதற்கான அனைத்து ஏற்பாடுகளையும் செய்து தந்தான். ஐயா தங்களால் முடிந்தால்

உதவி செய்யுங்கள் இல்லையென்றால் வேண்டாம் என்னால் தங்களுக்கு ஏன் இவ்வளவு சிரமப் படுகிறார்கள். தாயே எங்களுக்கு குழந்தை இல்லை அந்த இறைவனை பார்த்து வாயும் வயிறும் ஆக இருக்கும் உங்களை நன்றாக பார்த்துக் கொள்வதற்காக எங்களிடம் அனுப்பியிருக்கிறார் போலிருக்கிறது தங்களுக்கு நான் செய்வதை அந்த இறைவனுக்கே பணிவிடை செய்வதை நினைத்து செய்கிறேன் ஏதோ புண்ணியம் இருந்தால் எங்களுக்கும் ஒரு குழந்தை பிறக்கட்டும். நிச்சயம் தங்களுக்கும் தங்களைப் போலவே ஒரு மாவீரன் மகன் பிறப்பான் என்று மெல்லிய குரலில் எவ்ளின் கூறியபடியே அவர்கள் ஏற்பாடு செய்திருந்த அறையில் அமர்ந்து உறங்கத் தொடங்கினாள் எவ்ளின் மறுபுறமோ ஜோ வீரரே தங்களுடன் நான் ஒரு உதவியை கேட்டார் எனக்காக செய்தி தருவீர்களா என்று வினவ? கூறுங்கள் தேவி எனது அண்ணனுக்காக இல்லாவிட்டாலும் என் நாட்டு மக்களுக்காக நான் செய்கிறேன் என்ன உதவி தங்களுக்கு வேண்டும் என்பதனை தயங்காமல் என்னிடம் கூறுங்கள் என்று அவன் வினவ. என்னுடன் வந்த எங்கள் தேசத்து இளவரசி எவ்ளினை முதலில் கண்டுபிடிக்க வேண்டும் அவர் எங்கு இருக்கிறார் நலமாக இருக்கிறாரா என்பதை கண்டறிய வேண்டும் நாளை விடிந்த உடன் முதல் காரியமாக நான் இதை செய்ய வேண்டும். நான் செய்ய வேண்டுமென்று எதற்காக பிரித்து கூறுகள் செய்வோம் என்று உரிமையுடன் கூறுங்கள் என்றான் அந்த வீரன். அசோகனுக்கு என்ன ஆயிற்று நலமாக இருக்கிறாரா எப்படி இருக்கிறார் அங்கிருந்து எப்படி அவரை மீட்கப் போகிறோம் என்ற ஆழ்ந்த எண்ணத்திலேயே இருவரும் தங்கள் இருந்த இடத்திலேயே அன்று இரவை கழித்தனர்.

மறுநாள் காலையில் சூரியன் உதித்த உடன் எவ்ளினோ நான் நேற்றைய இரவை இங்கே கழிப்பதற்காக தாங்கள் எனக்கு செய்து தந்த உதவிக்கு மிக்க நன்றி ஐயா மேலும் நான் என் கணவருடைய தாயைக் காண செல்கிறேன் தங்களுடைய தங்களுடைய உதவியை நான் என்றும் மறவேன்

நான் சென்று வருகிறேன். தேவி இந்நிலையில் தங்களை தனியாக அனுப்புவதா இல்லை இல்லை எனக்கு இதில் துளியும் விருப்பமில்லை தங்களுடன் நானும் வருகிறேன். இல்லை ஐயா தங்கள் இருக்க எதற்காக வேண்டாத சிர-மம் முகத்தில் சற்று புன்னகைத்தபடியே ஜோசப் ஓ என்ன எனக்கு சினிமா மா? தங்களின் நிலையை நான் முழுவ-தும் வரைந்து கொண்டு தங்களுக்கு உதவ வில்லை என்-றால் எனது மனம் என்னை வண்டாய் குடைந்தே என்னை நோகடித்து விடும் நான் உங்களுக்கு உதவி செய்கிறேன். நான் கூறுவதை கேட்கும் நிலையில் நீங்கள் இல்லை என்-பதை நான் அறிவேன் சரி வாருங்கள் நாம் இருவரும் செல்வோம். எவ்ளின் மற்றும் ஜோசப் அசோகன் பிறந்து வளர்ந்த கிராமத்தை தேடி சென்றனர் மறுபுறமோ எவ்ளி-னிக்கு

இருவரும் அசோகன் பிறந்து வளர்ந்த கிராமத்தை தேடி தமிழகத்தின் வட மாநிலம் ஆகிய செம்பூர்வராயர் மற்றும் வட ஆற்காடு ஆகிய இரு மாவட்டங்களுக்கு இடையில் உள்ள ஒரு கிராமத்தில் தஞ்சம் புகுந்தனர். மறுபுறமோ ஜோ மற்றும் கவிநிலவன் எவ்ளின் எங்கே இருக்கிறார் என்பதனை தேடி நேற்றைய இரவு அவர்கள் வந்த கப்ப-லில் சோதனை மேற்கொண்டிருந்தனர். ஜோ அந்த கப்ப-லில் ஏறி எவ்ளின் இக்கப்பலில் இருக்கிறாளா என்று ஒரு இடம் விடாது அனைத்து இடத்திலும் தேடிக்கொண்டிருந்-தாள். தங்களை தாக்கியது யார் எதற்காக தாக்கினார்கள் என்றது ஒன்றுமே புரியாத நிலையில் கப்பலை சோதனை-யிட்டு கொண்டிருந்தாளோ ஜோ. வீரரே ராணி இங்கே இருப்பது போல் தெரியவில்லை சரி வாருங்கள் நாம் இங்கு அருகில் இருக்கும் ஏதாவது ஒரு கிராமத்தில் விசாரித்துப் பார்க்கலாம் என்று ஜோ கூற அங்கோ கவிஞர் அவரிடம் இருந்து பதில் எதுவும் வரவில்லை என்ன செய்து கொண்-டிருக்கிறீர்கள் இருக்கிறீர்களா இல்லை சென்று விட்டீர்களா நான் கூறுவது உங்களுக்கு கேட்கிறதா இல்லையா என்று கூறியபடியே கவிநிலவன் ஐ தேடத் தொடங்கினார்.

கவிநிலவன் ஐ தேடிக்கொண்டிருந்த ஜோவின் கண்ணில் தென்பட்டதோ வழிகாட்டுதல் காக கப்பல் ஓட்டுனரின் அறையில் வைக்கப்பட்டிருந்த வரைபடத்தை கன் பே கவிநிலவன் ஓம் புன்னகைத்துக் கொண்டிருந்தான் ஜோ வருவதை அறிந்த அவனோ சட்டென்று அந்த வரைபடத்தை மடித்து தனது பையில் போட்டுக்கொண்டு ஒன்றும் தெரியாதது போல் இருந்தான் இதனை பார்த்த ஜோ சற்று தீகைத்து போயினாள். என்ன இது என்னைப் பார்த்தவுடன் இவர் எதையோ என்னிடம் இருந்து மறைக்கிறார்கள்? என்று மனதில் எண்ணிய படியே ஜோ என்ன வீரரே இங்கே என்ன செய்து கொண்டிருக்கிறீர்கள்? ஒன்றுமில்லை பார்ப்பதற்கே எவ்வளவு கம்பீரம் மற்றும் நவீனமாக இருக்கும் இக்கப்பலில் ஆகிறார்கள் என்றால் அவர்கள் எவ்வளவு வலிமையாக இருக்க வேண்டும் என்றுதான் எண்ணிக் கொண்டிருந்தேன். ஆம் அதுவும் சரிதான் நாங்கள் வந்தது ஒரு சரக்கு போர்க்கப்பல் அதி நவீனமான ஒரு கப்பலால் போகிறேன் என்றால் அவர்கள் எவ்வளவு வலிமையாக இருக்க வேண்டும் மேலும் அவர்கள் எதற்காக எங்களைத் தாக்கினார்கள் இன்று எங்களுக்கு எதுவுமே தெரியவில்லை ஆனால் ஒன்று மட்டும் தெளிவாக தெரிகிறது எங்களை தாக்கியதோ இங்கிலாந்து போர்க்கப்பல் ஆகும் ஏனெனில் அந்நாட்டு போர்க்கப்பல் தான் அதிநவீன மயப்பட்ட கப்பலாகும் மேலும் அதில் இருந்த வீரர்களும் பிரதேசத்தை சேர்ந்தவர்கள் எனக்கு ஒன்றுமே புரியவில்லை மேலும் எங்களது ராணியோ இங்கு இல்லை முதலில் வாருங்கள் இங்கிருந்து சென்று ராணியை தேடுவோம் என்று ஜோகூர் அதுவும் சரிதான் வாருங்கள் இங்கிருந்து செல்வோம் என்று இருவரும் அங்கிருந்து சென்றார்கள்

இருவரும் தாங்கள் தங்கியிருந்த இடத்திற்கு வந்து எப்படி என்பதைக் கண்டறிவது என் தங்கை தாக்கியது யார் என்பதனை பற்றி உரையாடிக் கொண்டிருந்தார்கள். எவ்லின் இரு தேசத்தில் ராணி அவ்வாறு எப்படியாவது அவளை மீட்க வேண்டும் மேலும் அரசியல் என்னெய்

அவளுடைய மெய்ப்பாதுகாவலராக நியமித்து இருக்கிறார். என்ன இது தேசத்து ராணியா எப்படி? ஆமாம் இரு தேசத்தை ராணி தான் இங்கிலாந்தின் இளவரசி மட்டும் போலந்தின் ராணி அல்லவா! இன்று ஜோ பதிலுரைக்க உடன் ஆமாம் ஆமாம் அது சரிதான் என்று கூறியபடியே கவிநிலவன் இன்முகம் ஏதோ ஒரு மதுரை கேட்டதுபோல் அதிர்ந்துபோய் இருந்ததை அறிந்த ஜோ என்ன ஏதோ ஆழ்ந்த சிந்தனையில் இருக்கிறீர்கள் போலிருக்கிறதே ஏதேனும் பிரச்சனையோ! ஆம் பிரச்சினைதான் எப்படி எவ்வினை மீட்கப் போகிறோம் என்பதே பெரும் பாடாக இருக்கிறது அதை பற்றிதான் சிந்தித்துக் கொண்டிருந்தேன் வேறு எதுவும் இல்லை சரி எனக்கு சீலா வேலை இருக்கி-றது நான் சென்று வருகிறேன் என்று கூறியபடியே அங்கி-ருந்து விலகிச் சென்றான் கவினிலவன். என்ன இது எவ்-ளினை பத்திரிகை கூறும் போதெல்லாம் இவனது போக்கே சரியில்லையே முதலில் யார் இவன் என்பதனை அறிந்து கொள்ள வேண்டும் என்று எண்ணியபடியே யாருக்கும் தெரியாமல் காலையில் அவனை பின்தொடர்ந்தாள் ஜோ. கவிநிலவன் ஓ அவர்கள் தங்கியிருந்த பகுதியில் உயரமான மலை சிகரத்தின் மீது ஏறி அங்கே ஒரு கழுகின் மூலம் தன் கையில் இருந்த ஓலையை மடித்து அக்காவின் காலில் கட்டி தூது அனுப்புவதை கண்டதோ அதிர்ந்து போனால் என்ன இது இப்பொழுது இந்நேரத்தில் யாருக்-காக இவன் தூது அனுப்புகிறான் ஒருவேளை நம்மை உளவு பார்ப்பதற்காக எதிரி நாட்டார் அனுப்பிய உலவனோ? உலவானாக என்னை எதற்காக காப்பாற்-றினான்? இனிமேல் இவனிடம் சற்று ஜாக்கிரதையாக இருக்கவேண்டும் என்று எண்ணியபடியே தனக்கு அவன் கொடுத்து இருந்த அறையை நோக்கி சென்றாள் ஜோ

மறுபுறமோ எவ்ளின் மற்றும் ஜோசப் அசோகன் இருந்த கிராமத்தை ஒருவழியாக கண்டறிந்து விட்டனர் கிராமத்-திலிருந்த ஒரு முதியவரிடம் சென்று ஐயா இந்த கிரா-மத்தில் அசோகன் என்று ஒருவன் இருந்தான் அவன்

ஆங்கிலேயர்களின் ஆட்சியில் சேர்ந்தே இங்கிருந்து இங்-கிலாந்துக்கு போர்வீரனாக சென்றானே அவனுடைய விலா-சம் கிடைக்குமா என்று வினவியதற்கு பெரியாரோ ஆம் அவர்கள் குடும்பம் இங்கு தான் இருந்தது ஆனால் சிறிது காலத்திற்கு முன்பாக தான் இங்கிருந்து அரண்மனைக்கு அருகாமையிலுள்ள ஒரு கிராமத்திற்கு குடியேறி விட்டார்-கள் மேலும் அவனின் தந்தை இந்த கிராமத்து சிற்றர-சர் இன் கடையில்தான் பணிபுரிகிறார் என்பதனை ஊர் மக்கள் பேசிக் கொண்டிருக்கிறார்கள் என்று பதில் கூற இருவரும் அந்நாட்டு சிற்றரசர் ஐ நோக்கி சென்றனர் இருவரும் செம்பூர்வாராய மாவட்டத்தின் சிற்றரசு விற்கு முன்பாக அழைத்துச் சென்றனர். இருவர்களளும் கண்ட அரசர்ரோ. யாருமா நீ பார்ப்பதற்கு தேவதை போல் இருக்-கிறாயே. எங்கள் நாட்டுப் பெண்கள் இப்படி அலங்கா-ரம் செய்து கொள்ள மாட்டார்களே மேலும் நீ உடுத்தியி-ருக்கும் முறையைப் பார்த்தால் நீ ஏதோ மேலை நாட்டு பெண் போல் தெரிகிறதே நீ யார்? என்று அரசர் வின-விய உடன் எவ்ளின் மெல்லிய குரலில் ஆம் அரசே நான் இந்த தேசத்தை சார்ந்தவன் அல்ல மேலும் நான் இந்த நாட்டை சார்ந்த விலை அல்ல எனது தாய் நிலம் இங்கி-லாந்து ஆகும் மேலும் இங்கு பிறந்து வளர்ந்து ஆங்கிலே-யரின் ஆட்சி காலத்தில் ஆங்கிலேயரின் போர் படையில் சேர்ந்து இங்கிலாந்துக்கு வந்த அசோகன் என்பவரை நான் மணந்து கொண்டேன் மேலும் இப்பொழுது அவர் போலந்து நாட்டை கைப்பற்றி அந்நாட்டிற்கு அரசர் ஆகி விட்டார் பல்வேறு காரணங்களினால் அவர் இப்போது இங்கே வர இயலவில்லை மேலும் அவரின் தாய் தகப்பனை பார்த்துக் கொள்ளும்படி அவர் என்னை இங்கே சென்று இருக்கு-மாறு கேட்டுக் கொண்டார் அவரின் வேண்டுதலை ஏற்ற நான் இங்கு வந்தேன் மேலும் அவரின் தந்தை தங்களது கடையில்தான் போர் வீரராக பணியாற்றிக் கொண்டிருக்கி-றார் என்பதை அறிந்து உங்களை காண்பதற்காக இங்கே வந்தேன் என்று கூறிக் கொண்டிருக்கும் பொழுதே அவர்-

களின் உரையாடலில் கூறுகெட்ட அசோகனின் தாயோ ஏ பெண்ணே பார்ப்பதற்கு அழகாக இருக்கிறாய் என்பதற்காக உன் மேல் பல ஆண்கள் முகம் கொண்டிருப்பார் என்பதனை நான் அறிவேன் அப்பாவியாக இருந்த என் மகனை வளைத்து உன் வலையில் விழ வைத்து விட்டாயே! என்று கூறிக் கொண்டிருக்கும் பொழுதே இல்லை அத்தை நான்........ ஏய் யாருக்கு யார் அத்தை என் மகன் உன்னை திருமணம் செய்துகொண்டான் என்றால் நான் உனக்கு அத்தை ஆகிவிடுவேனா எப்பொழுது உன்னை அமைத்து திருமணம் செய்தாலும் அன்று அவன் எனது மகன் இல்லை நான் அவனை முழுவதுமாக தலை முழு- கிவிட்டேன் செல்லிலிருந்து இந்நாட்டில் இந்த சென்றுவிடு இல்லையேல் நடப்பதே வேறு என்று கூறிக்கொண்டிருக்கும் போதே அவர்களின் உரையாடலில் குறுக்கிட்ட ஜோசப். அரசி தற்பொழுது இவள் முழுகாமல் இருக்கிறாள் வாய்- மொழி ரூபாய் இருக்கும் ஒரு பெண்ணை இந்நேரத்தில் இங்கிருந்து அனுப்புவது உசிதமான செயலன்று இன்னும் ஒரிரு நாட்களில் இவரது கணவர் இங்கே வந்து விடுவார் அவர் வரும் வரை இங்கு தங்குவதற்கு ஏதாவது உதவி செய்து உதவி செய்து தாருங்கள் இன் மேலும் இவருடன் வந்த இவளுடைய மெய்ப்பாதுகாவலர் ஜோ எங்கிருக்கி- றாள் எப்படி இருக்கிறாள் என்று தெரியவில்லை அவளை இப்பொழுது நாங்கள் தேடிக்கொண்டிருக்கிறோம் அதுவரை தங்கள் அனுமதி தந்தால் இங்கேயே தங்கிக் கொள்கிறோம் என்று கூற அரசரும் அவர்கள் அங்கே தங்குவதற்கு ஒப்- புக்கொண்டார்.

ஏய் பெண்ணே வாயும் வயிறும் இருக்கிறா என்பதற்- காகத்தான் உன்னை இங்கே தங்குவதற்கு அனுமதிக்கி- றேன் சரியாக ஒரு மாதம் தான் உனக்கு கால அவகா- சம் அதற்குள் வந்த வேலையை முடித்துவிட்டு இங்கிருந்து சென்று விடு உன்னால் எங்களுக்கோ அல்லது எங்களால் உனக்கு ஏதேனும் பிரச்சனை நேர்ந்து விடக்கூடாது என்ப- தற்காக தான் கூறுகிறேன். நீ இங்கே இருப்பது வேறு எந்த

அண்டை தேசத்திற்கும் தெரியக்கூடாது இருக்கும் இடம் தெரியாமல் இங்கே தங்கிவிட்டு உன் வேலை முடிந்தவு-டன் இங்கிருந்து சென்று விடு. சரி அதை செய் என் தோழியை கண்டறிந்த உடனே இங்கிருந்து சென்று விடுகி-றேன் என்னால் உங்களுக்கு எவ்விதத்திலும் தொந்தரவாக இருக்காது என்று எவரும் கூற அரண்மனையில் இருந்த ஒரு சாதிப் பெண்ணை அழைத்து இவர்கள் இங்கு தங்கு-வதற்கான ஏற்பாடுகளை செய்து கொடு என்று உத்தரவிட்-டார் அரசர் அரசரின் உத்தரவை ஏற்ற அந்த பெண்ணோ அவர்கள் இருவரும் அந்த அரண்மனையிலேயே தங்குவ-தற்கான ஏற்பாட்டினை செய்து கொடுத்தாள்.

இந்த ஜோ எங்கே சென்றாள் அவளுக்கு என்னவா-யிற்று என்று ஒன்றுமே தெரியவில்லையே இப்பொழுது ஜோவை தேடி செல்வதா அல்லது ஐயனை தேடி செல்வது எனக்கு ஒன்றுமே புரியவில்லையே என்று தன்னுடைய அறையில் சிந்தித்துக் கொண்டிருக்கும் பொழுது வெளியில் யாரோ ஓடுவது போல் சத்தம் கேட்டது உடனே வெளியே சென்று பார்த்தால் எவ்ளின் அங்கே அந்நாட்டு ராணியே பரபரப்பாக அவ்வழியே ஓடிக் கொண்டிருந்தால் அவளைப் பின்பற்றி சென்றால் எவ்ளின் அவளோ இறுதியாக அரண்-மனையில் ராணிக்கு என்று ஒதுக்கப்பட்டிருந்த அறைக்குள் சென்று கதவை அடைத்து விட்டார் அந்த அறைக்குள் செல்ல முடியாத எவ்ளின் அந்த அறைக்கு வெளியே நின்று கொண்டிருந்த எவ்ளினை கண்டு ஒரு தாதி பெண்ணோ உறக்கம் வரவில்லையா இங்கே என்ன செய்து கொண்டிருக்கிறீர்கள்? இல்லை நான் இப்பொழுது ராணியை பார்ப்பதற்காக இங்கே வந்தேன் என்று எதையும் கூற அதற்கெல்லாம் இப்போது நேரமில்லை ராணியைப் பார்க்க வேண்டுமென்றால் ராணியின் உடைய உத்தரவை இருக்க வேண்டும் இப்பொழுது உங்களால் ராணியைப் பார்க்க இயலாது சென்று உறங்குங்கள் என்று கூற. இதனை உள்ளிருந்து கேட்ட ராணியோ ஏ பெண்ணே உள்ளே வா என்றாள். இதனைக் கேட்ட உடன் எவ்ளினோ

சிறு குழந்தை போலவே ராணி என்னை அழைத்து விட்-
டார்கள் என்று குடு குடுவென உள்ளே ஓடினாள் ராணி-
யின் அறையில் நின்று கொண்டிருந்த ஒரு வயதில்
முதிர்ந்த தாதி பெண்ணே பெண்ணே ஓடி விளையாடு
வதற்கு இது ஒன்றும் மைதானம் அன்று ராணியின்
அரண்மனை ஆகும். மன்னிக்கவும் இந்நாட்டுப் பட்டத்து-
ராணி கிருஷ்ணவேணி க்கு எனது வந்தனங்கள் என்று
கூறியபடியே ராணியை வணங்கி நின்றாள் எவ்ளின். எவ்-
ளினை பார்த்த ராணியும் ஆஹா பார்ப்பதற்கு தேவதை
போல் இருக்கிறாயே இந்த அழகை பார்த்து தான் சமுத்-
திரத்தில் உன்னை பிடிப்பதற்காக ஒரு பெரும் படையே
திரண்டு வந்ததா? உடனே மெல்லிய குரலில் எவ்ளின்
இளையராணி அவர்கள் யார் என்று நானறியேன் அவர்-
கள் எதற்காக எங்களைப் பிடித்து வந்தார்கள் என்பதையும்
நான் அறியேன் மேலும் உங்களுக்கு இப்பொழுது ஏதேனும்
பிரச்சினையா? ஏ பெண்ணே எங்கள் தேசத்தில் ஆயிரம்
பிரச்சனைகள் இருக்கும் அதையெல்லாம் உன்னுடன்
பகிர்ந்து கொண்டிருக்க முடியாது என்று அங்கிருந்த ஒரு
தாதிப் பெண் தனது குரலை உயர்த்தி கூறினாள்

அந்த தாதிப்பின் குரலை உயர்த்துவதை அறிந்த
கிருஷ்ணவேணி சற்று பொறுமையாக இருங்கள் அம்மா
அவளோ ஒன்றும் அறியாத இளம் பெண் இரு உயிராக
வேறு இருக்கிரல். இளம் பெண் என்று என்னை ஏளன-
மாக எண்ணாதீர்கள் தாயே தங்களது பிரச்சனை என்ன-
வென்று என்னிடம் கூறுங்கள் என்னால் முடிந்த அளவு
தங்களுக்கு நான் உதவி செய்ய முயற்சிக்கிறேன். என்று
மூவரும் உரையாடிக் கொண்டிருக்கும் போது வாழ்க வாழ்க
இந்நாட்டு பட்டத்துராணி கிருஷ்ணவேணி பல்லாண்டு
ஆயுளுடன் வாழ்க என்று கூறியபடியே அந்த அறைக்குள்
வந்த அந்த வீரனோ ஒரு புகைப்படத்தை காட்டி இந்த
ஆயுதங்களை எப்படி கையாள்வது என்று நம் வீரர்கள்
ஒருவருக்குக்கூட தெரியவில்லை மேலும் நம் நாட்டு வல்-
லுனர்கள் அனைவரிடமும் விசாரித்து விட்டோம் இது

நவீன முறையில் தயாரிக்கப்பட்ட ஆயுதங்கள் ஆகும் மேலும் இதில் இருக்கும் பீரங்கிகளை கூட நம் வீரர்களுக்கு எப்படி கையாளுவது என்று தெரியவில்லை இது மைசூரை ஆண்ட சுல்தானின் படையில் இருந்தது போல் இருக்கிறது என்று இனம் வல்லுநர்கள் கூறுகிறார்கள் மேலும் நாம் சுல்தானின் படையில் இருந்து வீரர்களை அழைத்துக் கொண்டு வருவதற்கு குறைந்தது மூன்றிலிருந்து நான்கு நாட்கள் ஆகும். ஆனால் நம்மிடம் போதிய கால அவகாசம் இல்லை உடனே நாம் நம் வீரர்களை தயார் செய்யவேண்டும் அண்டை தேசத்தார் தீவிர ஆயுதத்தைப் பயன்படுத்தினார்கள் என்றால் போர்க்களத்தில் நம்மால் ஓரிரு நாட்களுக்கு மேல் தாக்குப் பிடிக்க இயலாது என்று கூறிவிட்டு அங்கிருந்து சென்றான். அந்த புகைப்படத்தை பார்த்த எவ்ளின் how did you get this this is all about new technologies in these guns are made all the best on Rifles and machine guns ஏ பெண் என்ன இது புரியாத ஏதோ ஒரு மொழியில் உளறிக் கொண்டு இருக்கிறாய் பித்து பிடித்து விட்டது போலிருக்கிறதே செல்லுங்கள் என்று ஏதேதோ உனக்கு புரியாது உனது அறைக்குச் சென்று உறங்கு என்று அங்கிருந்த மூத்த சாதிப்பெண் கூற. இல்லை தாயே இவை அனைத்தையும் நானறிவேன் இது அனைத்தும் நவீன மயப்படுத்தப்பட்ட ஆயுதங்கள் ஆகும் இது துப்பாக்கி மற்றும் மிஷின்கள் ஆல் இயக்கப்படும் கருவிகள் ஆகும் இதை நான் என் தேசத்தில் படித்திருக்கிறேன் மேலும் இதை எப்படிக் கையாள்வது எப்படி பயன்படுத்துவது போரில் இதை எப்படி செயல்படுத்துவது என்று முழு விவரத்தையும் நான் அறிவேன் என்று கூற. என்ன இதை பற்றிய முழு விவரத்தை நீ அறிவாயா? என்று கிருஷ்ணவேணி எவ்ளினிடம் வினவ ஆம் தாயே இதை பற்றிய முழு விவரத்தையும் நான் அறிவேன்.

சரி என்னுடன் வா என்று எவ்ளினை அழைத்துச் சென்றாள் கிருஷ்ணவேணி. தேவி இப்போது இவளை

எங்கே ஆயிட்டு கொண்டு செல்கிறீர்கள். வேறெங்கும் இல்லை அம்மா இவளை வைத்துத்தான் நாம் இந்த ஆயுதங்களை எப்படிக் கையாள்வது என்பதை கற்றுக் கொள்ள வேண்டும் அதனால்தான் இப்போது இவளை ஆயுத கிடங்குக்கு அழைத்துக் கொண்டு செல்கிறேன். வேணாம் தேனி இவ்வளோ அண்டை தேசத்து பெண்மணியாவார் இவளை நம்பாதீர்கள் ஒருவேளை இவள் நம் நாட்டைக் கைப்பற்றும் நோக்கத்தில் கூட வந்திருக்கலாம் என்று அந்தப்பெண் கூறுவது எதனையும் தன் காதுகளில் வாங்காமல் எவ்ளினை அங்கிருந்து அழைத்துக் கொண்டு சென்றால் கிருஷ்ணவேணி. எவ்ளினை ஒரு அடர்ந்த வனத்திற்கு அழைத்துச் சென்றால் கிருஷ்ணவேணி தேவி என்ன இது என்ன ஆயுத கிடங்குக்கு அழைத்துக் கொண்டு செல்கிறேன் என்று அந்த பெண்மணியிடம் கூறிவிட்டு இப்பொமுது இந்த அடர்ந்த மனதிற்கு அழைத்துக்கொண்டு வந்து இருக்கிறீர்களே. ஆம் ஆயுதக் கிடங்கில் வைத்து எப்படி ஒரு ஆயுதத்தை பரிச்சயம் செய்து பார்க்க முடியும் அதனால் தான் உன்னை இங்கே அழைத்துக் கொண்டு வந்தேன் இங்கே வைத்து அந்த ஆயுதத்தை சோதனை செய் உனது திறமையை நான் காண்கிறேன் என்று கிருஷ்ணவேணி கூற ஒரு வீரனோ ஒரு துப்பாக்கியை கொண்டு வந்து எவ்ளினின் கையில் கொடுத்தான் துப்பாக்கியை தன் கையில் வாங்கிய எவ்ளினோ அதை சிறப்பாக இயக்கினால் அவளின் திறமையைக் கண்ட கிருஷ்ணவேணி அடடே இவ்வளவு விஷயத்தை அறிந்து வைத்திருக்கிறாய் எங்களுக்கு நீதான் உதவி செய்ய வேண்டும் வா என்னுடன் நாளை முதல் எங்களது வீரர்களுக்கு நீதான் பயிற்சி அளிக்க வேண்டும் என்று கூற தாயே என்ன ஒரு நிறைமாத பெண்ணையா எங்களுக்கு பயிற்சி அளிக்க அனுப்பப் போகிறீர்கள் என்று அந்த வீரன் வினவ ஆம் நிறைமாத பெண் என்று இவளை குறைவாக எடை போடாதே இவளுடன் நானும் ஒருவன் மேலும் அரசர் மற்றும் நமது அமைச்சர்கள் அனைவரும் இவளது பாதுகாப்

பிற்காக மருத்துவருடன் பயிற்சிக்கூடம் உருவம் இதைப்பற்றி அரசரிடம் நான் காலையில் உரையாடுகிறேன் நீ இங்-கிருந்து செல் என்று வீரனை அனுப்பிவிட்டு எவ்ளினை அவருடைய அரண்மனைக்கு அழைத்துச் சென்று அவரது மஞ்சத்தின் மீது அவளை அமர்த்தி அவள் உறங்கும் வரை அவளுடன் இருந்தால் அந்த நாட்டு ராணி கிருஷ்ண-வேணி.

மறுபக்கம் ஜோ யார் இந்த கவிநிலவன் இவன் யாருக்கு தூது அனுப்புகிறான் நம்மிடம் இவன் இவனது அண்ணன் கதிரவாழனுக்கு தூது அனுப்புகிறான் என்று கூறுகிறானே கதிரவாழனுக்கு தூது எழுதுகிறேன் என்றால் எதற்காக இவ்வளவு தனிமைப்படுத்தப்பட்ட இடத்திற்கு வந்து யாருக்-கும் தெரியாமல் தூது அனுப்ப வேண்டும் எவ் வினை பற்றி கூறும் பொழுது கூட இவனது முகம் மாறுகிறதே யார் இவன் முதலில் இவன் யார் என்பதனை கண்டறிய வேண்-டும் என்று எண்ணியபடியே தான் இருக்கும் இடத்திற்கு வந்தார் ஜோ. ஜோ அங்கு வருவதற்கு முன்பாகவே கவிநி-லவன் அங்கு வந்து ஜோ வைத்திருந்த பையை சோதனை இட்டுக்கொண்டிருந்தான் உடனே உள்ளே வந்த ஜோ. இங்கு என்ன செய்து கொண்டிருக்கிறீர்கள்? அது ஒன்னு-மில்லை தேவி தங்களுக்கு ஒதுக்கப்பட்ட அறையை தூய்-மையாக இருக்கிறதா, பணியாளர்கள் உங்களை அறையை தூய்மையாக வைத்துக் கொண்டிருக்கிறார்கள் என்பதனை சோதனை இழுத்தால் வந்தேன் வேறெதுவுமில்லை தேவி என்று கூறியபடியே அங்கிருந்து உடனே வெளியே சென்-றான். இல்லை இவன் இங்கே வந்து ஏதோ செய்-துகொண்டு இருக்கிறான் என்னை உலகப் பார்க்கிறான் எனது போக்கே சரியில்லையே இதற்கு மேலும் இங்கிருப்-பது இதமான காரியமன்று என்று எண்ணியபடியே அங்-கிருந்து புறப்படத் தயாராகினர் ஜோ. அங்கு அவருக்கு இருந்த அனைத்து பொருட்களையும் அவருடைய பையில் போட்டுக் கொண்டு அங்கிருந்து வெளியே வந்து ஜோவின் கையை யாரோ ஒருவன் சட்டென்று பிடித்து இழுத்தான்

அவனோ முகமூடி அணிந்து கொண்டு கையில் உறை அணிந்து கொண்டு இருந்தான். விட்டு விடுங்கள் விட்டு விடுங்கள் என்னை விட்டு விடுங்கள் நீங்கள் நினைக்கும்படி என்னிடம் ஒன்றுமில்லை நீங்கள் கொள்ளையடிப்பதற்கு என்னிடம் நகை, ஆவணங்கள், காசுகள் ஏதும் இல்லை என்னை விட்டுவிடுங்கள் என்று கதறினால் ஜோ. ஜோவின் வாயை பொத்திய அவளோ பதறாதே நான் உன்னிடம் இருந்து எதையும் கொள்ளையடிக்க வரவில்லை உன்னை இங்கிருந்து எப்படியாவது மீட்கவேண்டும் என்று தான் நான் இங்கே வந்தேன். என்று கூறியபடியே அங்கிருந்த அவனு-டைய குதிரையில் ஏறி இருவரும் தப்பிச் செல்ல முயற்சி செய்தனர் குதிரை ஓடும் சத்தத்தை கேட்டு வெளியே வந்து பார்த்த கவினேளாவனோ இந்நேரத்தில் இங்கு யார் வந்து செல்வது? என்று சிரித்தபடியே தன் அறைக்குச் சென்று உறங்கினான்.

ஜோவை அழைத்து சென்ற அவனோ நடுவானத்தில் சென்றவுடன் தனது குதிரையை நிறுத்தி விட்டு தன் முகத்-திரையை அகற்றினான். அவனைக் கண்டவுடன் தன் உறையில் இருந்து வாழை சட்டென்று உருவி அவன் கழுத்தில் வைத்தால் ஜோ யார் நீ? என்னை எதற்காக ஏற்படுத்திக் கொண்டு இங்கே வந்தாய்? இவ்வளவு கோபம் உடம்புக்கு ஆகாது அது ஒரு பெண்ணுக்கு ஆகவே ஆகாது என்று புன்னகைத்தபடியே ஜோவைநோக்கி முன் வந்தான் அவன். அவன் கழுத்தில் இருந்த கத்தியை அழுத்தியபடியே நான் கூறியதற்கு பதில் கூறு யார் நீ? சரி சரி கூறுகிறேன் கூறுவதற்கு முன்பாகவே என்னை கொலை செய்து விடாதீர்கள் சற்று நிதாமதமாக நான் கூறுவதைக் கேளுங்கள் என்று தன் கையில் வைத்திருந்த கத்தியை தன் கைகளால் அகற்றிய படியா தான் யார் என்பதை கூறத் தொடங்கினான் அவன். எனது பெயர் நிர்மல் நானும் எனது குடும்பமும் அந்தமான் தீவில் வாழ்-கிறோம் எங்களுக்கும் கவிநிலவன் நிற்கும் ஒரு பொழு-தும் ஆகவே ஆகாது. கவிநிலவன் எப்படியாவது எங்கள்

நாட்டை கைப்பற்ற வேண்டும் என்பதற்காக பல சூழ்ச்-சிகளை செய்து அதில் தோல்வியும் அடைந்திருக்கிறான் ஏனென்றால் எங்கள் நாட்டினுடைய இயற்கை அமைப்பு அப்படிப்பட்ட தாகும். நேற்று முன்தினம் தங்களை கப்பலில் இருந்து காப்பாற்றி கடலில் வீசியது நான்தான். எங்களது திட்டமே நீங்கள் கவிநிலவன் இடம் செல்லாமல் எங்க-ளுடன் வந்து சேர வேண்டும் என்பதுதான் அதற்காகத்-தான் நான் அக்கப்பல் படையில் இருந்த எங்களது ஒற்றன் மூலம் உங்களுக்கு உதவி செய்ய திட்டம் தீட்டி இருந்-தேன் அத்திட்டத்தில் எங்கள் ஒற்றன் மும்பை அக்கப்-பலில் இருந்து கீழே தூக்கிப் போட்ட உடன் உங்களை அங்கிருந்து மீட்டு கொண்டு எங்கள் நாட்டிற்குக் கொண்டு வருவதுதான் அத்திட்டம் ஆனால் நாங்கள் அங்கு வருவ-தற்கு முன்பாகவே கவிநிலவன் அங்கேயே வந்து உங்களை அழைத்துக்கொண்டு சென்று விட்டான். மற்றும் அவன் எங்கள் தேசத்தில் கைப்பற்றவேண்டும் எண்ணத்தில் இப்-பொழுது இல்லை வேறு ஏதோ ஒரு தவறான செயலைச் செய்கிறான் போல் இருக்கிறது!

இல்ல நிர்மல் எப்படி நீ கவிநிலவன் தவறானவன் என்று கூறுகிறாய். ஓரிரு நாட்களாக நான் அவனிடம் தான் தங்கி கொண்டிருந்தேன் அவன் என்னை நன்றாகப் பார்த்துக் கொண்டுதானே எவ்விதத் துயரமும் எனக்குக் கொடுக்கவில்லை. உங்களால் அவனுக்கு ஒரு காரியம் ஆக வேண்டும் என்றால் எப்படி உங்களுக்கு துயரம் கொடுப்பான் நன்றாக தானே பார்த்துக் கொண்டிருப்பான். நீ என்ன கூற வருகிறார் என்று எனக்கு எதுவும் புரிய-வில்லை எதற்காக என்னை இங்கு அழைத்துக் கொண்டு வந்தாய் நீ? கூறுகிறேன் தாயை நீங்கள் வந்த கப்பலோ என்னுடைய கப்பல்தான் அது ஒன்றும் இங்கிலாந்து நாட்டு சரக்கு போக்குவரத்து கப்பல் ஒன்று அக்கப்பலை போல் வடிவமைத்து உங்களுக்கு பாதுகாப்பதற்காக நான் அனுப்பி வைத்தேன் உங்கள் கப்பல் நடுக்கடலில் சேதமடைந்தது இன் காரணமாக தான் நான் அந்தக் கப்பலில் யாரும்

இல்லாதது போல் அனுப்பினேன் நீங்களும் அதில் ஏறிக்-
கொண்டு இங்கு வந்தீர்கள் ஏதோ ஓரிரு காரணங்களினால்
நீங்கள் இருக்கும் இடத்தினை அறிந்து கொண்டு இங்கேயே
வந்து விட்டார்கள் பிரெஞ்சு வீரர்கள். என்ன கூறுகிறாய்
இவ்வளவு விஷயம் அவருக்குத் தெரிந்திருக்கிறது என்றால்
எவ்ளினை பற்றியும் உனக்கு தெரிந்திருக்க வேண்டும் அல்-
லவா இப்பொழுது எங்கே இருக்கிறாள் எவ்ளின்? தாயே
அவள் இப்பொழுது எங்கே இருக்கிறாள் என்று நானறி-
யேன் ஆனால் அவள் பாதுகாப்பான இடத்தில் இருக்கி-
றார் என்பதனை நான் உறுதியாகக் கூறுவேன். இப்பொ-
ழுது நம்முடைய ஒரே ஒரு நோக்கம் கவிநிலவன் தினமும்
இரவு நேரத்தில் யாருக்கும் தூது அனுப்புகிறான் அவன்
யாருக்கு தூது அனுப்புகிறான் அந்த தொகையை குறிப்-
பிட்டு அனுப்புகிறான் எதற்காக அந்த தூணை அவர்கள்
பரிமாறிக் கொண்டிருக்கிறார்கள் என்பதனை தான் அறிந்து
கொள்ள வேண்டும். அப்பொழுதுதான் நம்மால் அவனால்
நடக்க இருக்கும் பிரச்சினைகளை முறியடிக்க முடியும். "
என்ன இது இவனுக்கு எப்படி கவிநிலவன் தினமும் தூது
அனுப்புகிறான் என்பதனை அறிந்து கொண்டு இருக்கி-
றான்" என்று மனதில் எண்ணியபடியே சரி என்று தலை-
யாட்டி அவனுக்கு பதில் கூறினால் ஜோ. இருவரும் அன்-
றைய இரவினை அந்த வானத்தில் கழித்தனர்.

மறுநாள் காலையில் எழுந்து பார்த்த உடன் எவ்ளின்
அவளுக்கு ஒதுக்கப்பட்டிருந்த அறையில் மஞ்சத்தின் மீது
உறங்கிக்கொண்டிருந்தாள். உடனே அங்கிருந்த ஒரு தாதி
பெண்ணை அழைத்து நான் எப்படி இங்கு வந்தேன் நேற்று
இரவு என்ன நடந்தது என்று எனக்கு எதுவும் நினைவில்
இல்லை நானும் தேவியார் கிருஷ்ணவேணியும் உரையா-
டிக்கொண்டே இந்த அரண்மனைக்குள் வந்தோம் அதன்
பிறகு என்ன நடந்தது என்று எனக்கு ஏதும் நினைவில்
இல்லை என்று அந்தப் பெண்ணிடம் எவ்ளின் வினவிக்
கொண்டு இருந்த நேரத்தில் நான் தான் உன்னை இங்கு
அழைத்து வந்து உறங்க வைத்தேன் எவ்ளின் என்று கூறி-

யபடியே எவ்ளினின் அறைக்குள் வந்தார் ராணி கிருஷ்-ணவேணி. பணிகிறேன் தாயே என்று கூறியபடியே தனது மஞ்சத்தில் இருந்து எழுந்து ராணி யாரை வணங்கினால் எவ்ளின். நீங்கள் இருவரும் உரையாடிக் கொண்டிருந்ததை நான் நன்றாக கேட்டேன் அப்படி என்றால் இரவு நாம் என்ன பேசினாள் என்று உனக்கு நினைவில் இல்லை அல்லவா?. ஆம் தாயே நான் அரை உறக்கத்தில் இருந்-தேன நீங்கள் என்னிடம் உரையாடுவதை நான் காது கொடுத்துக் கேட்கவில்லை என்ன கூறினீர்கள்? என்று எவ்ளின் வினவ. அங்கிருந்த தாதி பெண்ணை அழைத்து சென்று உண்ணுவதற்கு சற்று உணவுகளைக் கொண்டு வா என்று கூறினால் ராணி. அந்தத் தாதி பெண்ணோ அவரை விட்டு வெளியே சென்றவுடன் ராணி கிருஷ்ண-வேணி யாரோ எவ்ளினை நோக்கி தேவி எங்கள் நாட்டு வீரர்களுக்கு நீங்கள்தான் அந்த நவீன ஆயுதத்தை எப்படி கையாள்வது என்பதை கற்றுக் கொடுக்க வேண்டும் என்-பதை நான் கூறினேன் அல்லவா?. ஆம் தாயே அவை அனைத்தும் நினைவில் இருக்கிறது அதற்குப் பிறகு என்ன நடந்தது என்று எனக்கு நினைவில் இல்லை நானும் அரை உறக்கத்தில் இருந்தேன் அல்லவா என்ற எவ்ளி-னின் பதிலைக் கேட்டு புன்னகைத்தபடியே நான் வேறு எதையும் கூறவில்லை நீ இன்னும் களைப்பாக இருக்-கிறாய் போலிருக்கிறது சற்று ஓய்வு எடு என்று இரு-வரும் பேசிக்கொண்டு இருப்பதை ஏதோ ஒரு நிழல் அந்த அறையின் வாசற்படி அருகே நின்று அவர்கள் இருவரின் உரையாடலிலும் கேட்டுக் கொண்டிருப்பதை அறிந்த எவ்ளின். ராணி கிருஷ்ணவேணியாரிடம் உரையா-டிக் கொண்டே அந்த அறையின் கதவு இருக்கும் இடத்-திற்கு அருகில் சென்று வெளியே பார்த்தாள். அவள் வருவதை அறிந்த அந்த நிழலோ உடனே அங்கிருந்து தப்பிச் செல்வதை அறிந்தால் எவ்ளின். உடனே இரு-வரையும் நோக்கி ஒரு குரல் தேவி இது நம்முடைய இராஜ்யம் அன்று நாம் இங்கு தஞ்சமாக தான் வந்தி-

ருக்கிறோம் இன்னும் தாங்கள் உறக்கத்திலிருந்து எழுந்தி-ருக்கவில்லை போலிருக்கிறதே என்று கூறியபடியே அந்த அறைக்கு பக்கத்தில் இருந்த கதவின் வழியாக உள்ளே வந்தான் ஜோசப்.

எங்கள் தேசத்திற்கு தஞ்சம் வந்தவர்களை ஏன் நாங்கள் எங்கள் தேசத்து பிரஜைகள் போல் பார்த்துக் கொள்வோம் இந்த அரண்மனைக்கே லஞ்சமாக வந்திருக்கிறீர்கள் உங்-களை விருந்தாளி என்று எண்ணுவோம என்ன? என்ன தேவி நான் கூறுவது சரிதானே என்று அந்நாட்டு ராணி கிருஷ்ணவேணி கூறுவதனை அறியாமல் ஏதோ ஆழ்ந்த சிந்தனையில் இருந்தாள் எவ்ளின். தேவி! அம் கூறுங்கள் தாயே என்னை ஏதோ சிந்தனையில் இருக்கிறீர்கள் போலி-ருக்கிறதே? அது ஒன்றும் இல்லை தாயே எப்படி என் தோழியை கண்டறிவது என்று தான் சிந்தித்துக் கொண்-டிருந்தேன் என்று ராணியிடம் பதில் கூறி சமாளித்தாள். சரி உங்களுடைய நண்பர் வந்திருக்கிறார் எனக்கு தலைக்கு மேல் வேலை இருக்கிறது நான் சென்று ஆக வேண்டிய வேலையை பார்க்கிறேன் என்று கூறியபடியே அவரை விட்டு சென்றார் அந்நாட்டு ராணியின் கிருஷ்ணவேணி. எவ்ளினின் முகத்தை பார்த்து ஜோசப் என்ன தேவி? ஏதோ ஆழ்ந்த சிந்தனையில் இருக்கிறீர்கள் போல் இருக்கிறதே என்ன ஆயிற்று? ஆழ்ந்த சிந்தனை எதுவும் இல்லை நீங்-கள் அதைப் பார்த்தீர்களா? என்ன தேவி எதுவும் கூறா-மல் நீங்கள் அதை பார்த்தீர்களா என்று வினவினால் நான் எதைப் பார்த்தேன் என்று பதில் கூறுவது சற்று தெளிவா-கத்தான் கூறுங்களேன். ஆம் நானும் இதே பற்றி உங்க-ளிடம் உரையாட வேண்டும் என்றுதான் இருந்தேன் நீங்-களே வந்து விட்டீர்கள் நான் இங்கு வந்தது முதலே யாரோ ஒருவர் என்னை உளவு பார்ப்பது போலிருக்கி-றது ராணியின் அறைக்கு வந்து என்னுடன் உரையாடிக் கொண்டிருப்பதைக் இந்த கதவு வழியே யாரோ இங்கே நின்று நாங்கள் பேசுவதை கேட்டுக் கொண்டிருப்பதை நான் அறிந்து இங்கே வந்தேன் ஆனால் நான் இங்கு வருவ-

தைக் கண்ட அந்த நிழலோ சட்டென்று இங்கிருந்து சென்-
றுவிட்டது. எனக்கு ஏதோ தவறாகத் தோன்றுகிறது. ஆம்
தேவி நானும் அதை கண்டேன் ஒரு முகம் அணிந்த
நபர் உங்களை பின்பற்றி வருகிறார் என்று நினைக்கி-
றேன் நீங்கள் அரசர் மற்றும் உங்களது கணவரின் தாயிடம்
உரையாடிக் கொண்டிருக்கும் பொழுது அந்த அவையில்
இருந்த ஒருவர் உங்களையே நோட்டமிட்டுக் கொண்டிருந்-
தார். நான் ஏதோ மேலைநாட்டு பெண்ணே புதிதாக பார்ப்-
பதினால் இப்படி பார்க்கிறார் என்று எதையும் பொருட்-
படுத்தவில்லை ஆனால் இப்போது நீங்கள் கூறுவதைக்
கேட்டால் இது ஏதோ சாதாரணமான விஷயம் போல்
எனக்குத் தெரியவில்லையே!. ஆம் எனக்கும் அப்படித்-
தான் தோன்றுகிறது ஐயா இதைப்பற்றி நாம் யாரிடமும்
கூற வேண்டாம் நமக்குள்ளேயே இருக்கட்டும் என்றாள்
எவ்ளின். என்று இருவரும் உரையாடிக் கொண்டிருக்கும்
போது அவர்களின் அறைக்கு ஒரு தாதிப் பெண் தன்
கையில் ஒரு தட்டை ஏந்தியபடியே அங்கு வந்தால் அந்த
தட்டின் மீது ஒரு போர்வையின் மூலம் மூடி இருந்தது.
அந்தத் தாதி பெண்ணோ இருவரை நோக்கி இது எங்களு-
டைய அரசரின் அன்பளிப்பு ஆகும் இது எங்கள் நாட்டி-
லேயே விரைந்து தயார் செய்யப்பட்ட பொன்னாடை ஆகும்
இதை அணிந்து கொண்டு வருமாறு அரசர் வேண்டுகோள்
விடுத்தார் என்று கூற சரி தாருங்கள் என்று அதை வாங்கி
தனது மஞ்சத்தின் மீது வைத்தால் எவ்ளின்.

செம்பூர்வராய மாவட்டத்து அதிகாரப்பூர்வ அரசர்
ராஜேந்திரன் வருகிறார் வருகிறார் என்ற ஓசை எவ்ளின்
தங்கி இருந்த அறையை நோக்கி வந்தது. ஓசை வந்த
சில நொடிகளில அரசர் எவ்ளினின் அறையை வந்தடைந்-
தார். அரசரை கண்டவுடன் எவ்ளின் மற்றும் ஜோசப் தங்-
கள் அமர்ந்திருந்த இடத்தில் இருந்து எழுந்து பணிகிறோம்
அரசே! என்று கூற அங்கிருந்து தாதிப் பெண் மற்றும்
தன்னுடன் வந்த வீரர்களை அழைத்த அரசர் இருவரும்
குடிப்பதற்கு பழச்சாறுகளைக்கொண்டு வாருங்கள் மேலை

நாட்டில் பிறந்து வளர்ந்த பெண்ணல்லவா மேலும் வாயும் வயிறும் ஆக இருக்கிறாள் சத்தான உணவைக் கொண்டு வாருங்கள் என்று கூற அங்கிருந்த அனைவரும் வெளியே சென்றனர். அனைவரும் அவரை விட்டு வெளியே சென்றவுடன் அரசரோ. உங்களுக்கு அடைக்கலம் கொடுக்க வேண்டாம் என்ற எண்ணத்தில் நான் இல்லை மேலும் எனது தேசத்தின் பாதுகாப்பு எனக்கு முக்கியம் என் தேசத்தின் பாதுகாப்பின் நலனைக் கருதியே நான் நேற்று மந்திரி அவையில் உங்களுக்கு இங்கு இடம் இல்லை என்று கூறினேன் ஒரு அரசனாக பட்டவன் அனைத்து திசையிலும் இருந்தும் வரும் பிரச்சனைகளை எதிர்கொள்ள வேண்டும் என்ற காரணத்திற்காகவே நேற்று நான் அப்படி கூறினேன் தங்களால் முடியாவிட்டால் என்னிடம் கூறுங்கள் உங்களுக்கு நான் உதவி செய்கிறேன் 'மறைமுகமாக" மேலும் நான் உங்களுக்கு கொடுக்கப்பட்ட கால அவகாசத்திற்குள் நீங்கள் இங்கிருந்து செல்ல வேண்டும் என்ற கட்டாயம் இல்லை தங்களது காரியம் முடியும் வரை நீங்கள் இங்கு இது தாராளமாக தங்கி கொள்ளலாம் என்று கூறியபடியே எவ்ளினை பார்த்த அரசர் தேவி தங்களுடைய திறனைப் பற்றி எனது மனைவி என்னிடம் கூறினாள் நீங்கள் அந்த நவீனமானா ஆயுதங்களை கையாளுவீர்கள்?. உடனே மெல்லிய குரலில் எவ்ளின் ஆம் அரசே நேற்று இராணியார் என்னிடம் காண்பித்து அனைத்து போர்க் கருவிகளையும் எப்படி கையாள்வது என்று நான் அறிவேன். இன்று வீரர்களுக்கு நான் பயிற்சி அளிக்க வேண்டும் என்று ராணியார் கூறினார்களே. ஆம் நானும் அதற்காகத் தான் வந்தேன் இன்று அரசர் அவைக் கூடிய பிறகு நான் கூறுகிறேன் அப்பொழுது அவைக்குவா மேலும் என்ன செய்ய வேண்டும் என்பதனை நான் என் மந்திரிகளுடன் உரையாடி விட்டு மேலும் என்ன செய்ய வேண்டும் என்பதனை கூறுகிறேன் ஏனெனில் உன்னுடைய பாதுகாப்பும் எனக்கு முக்கியம் அல்லவா உனக்கு ஏதாவது ஆகிவிட்டால் மேலை நாட்டவர்களுக்கு நான் அல்-

லவா பதில் சொல்லவேண்டும். என்று கூறிக்கொண்டிருக்-
கும் போதே வீரர்கள் உணவினை கொண்டு வர தொடங்கி
விட்டனர். வீரர்களை கொண்டு வந்த உணவினை இந்திய
வையுங்கள் என்று அரசு கூற அரசரின் கட்டளைக்கு
அடி பணிந்தனர் அந்த வீரர்களும் தாதிப் பெண்களும்.
இவை போதுமா இல்ல வேற எதுவும் தேவையா? இல்லை
இல்லை அரசே இவையே எங்களால் உண்ணமுடியாது
இவை எங்களுக்கு கொடுத்ததற்கு நன்றி இறையை எங்-
களுக்குப் போதும் என்று இருவரும் கூற அவ்விடத்தை
விட்டுச் சென்றார் அரசர்.

இப்பொழுது நாம் தங்கியிருப்பது அடர்ந்த வனம் எங்-
கிருந்து நாம் கிராமத்திற்கு சென்றாக வேண்டும். இன்று
பகல் பொழுது முழுவதையும் நாம் பயணத்தில் தான் செல-
விட வேண்டும் இங்கிருந்து கிராமம் சென்றுவிட்டு இடு-
வதற்கு முன்பாக நாம் இந்த வானத்திற்கு திரும்பிவர
வேண்டும் அப்பொழுதுதான் நம்மால் இரவில் கவிநிலவன்
யாருக்கு தூது அனுப்புகிறான் என்பதனை கண்டறிய முடி-
யும் என்று ஜோ மற்றும் நிர்மல் உரையாடிக் கொண்டி-
ருக்கும் பொழுது அந்த வானத்திலோ குதிரை ஓடும் சத்-
தத்தைக் கேட்டு இருவரும் அங்கிருந்த ஒரு மரத்திற்கு
பின்னால் பதுங்கனார்கள். அப்பொழுது அங்கு நான்கு
ஐந்து குதிரைகள் ஓடும் ஓடும் சத்தமும் வீரர்கள் உரை-
யாடிக் கொண்டிருக்கும் சத்தமோ வந்ததே சப்தம் வந்த
திசையை நோக்கி இருவரும் பொறுமையாக என்ன நடக்-
கிறது என்பதனை காணச் சென்றார்கள். எவ்ளின் இப்பொ-
ழுது எப்படி இருக்கிறாள் எந்த தேசத்தில் இருக்கிறாள்.
கவி நிலவா அவளுக்கு என் மீது சந்தேகம் வந்துவிட்டது
போலிருக்கிறது ஆனால் ஒருபோதும் அவளால் என்னை
கண்டறிய முடியாது. அது சரி முகமூடி கருப்பு நிழல்
எங்கே? அவன் இப்பொழுது ராஜ்யத்தில் இருக்கிறான்
ராஜ்ஜியத்தில் சில குளறுபடிகள் செய்ய வேண்டிய கார-
ணத்தினால் அவனால் தேசத்தை விட்டு வெளியே வர
முடியவில்லை. அது இருக்கட்டும் ஜோ எப்படி இருக்கி-

நாள் பத்திரமாக இருக்கிறாளா அவளுக்கு நம் மீது துளி-யும் சந்தேகம் வரக்கூடாது அவளை வைத்துத்தான் நம் நமது காரியத்தை செய்து முடிக்க வேண்டும் இப்பொழுது நிகழும் நிகழ்வினை நண்பனுக்கு செய்தி அனுப்பினாயா? ஆம் நேற்று இரவு தான் அனுப்பினேன் ஜோவிற்கு என் மீது சிறிதளவு சந்தேகம் வந்தது ஆனால் எனது திற-மையினால் நான் அதை முறியடித்து விட்டேன் இப்பொ-ழுது அவள் அவளுடைய அறையில் நன்றாக உறங்கிக் கொண்டிருக்கிறாள் போலிருக்கிறதே அவளுக்கு தெரியாமல் தான் நான் இப்பொழுது உங்களை சந்திக்க இங்கு வந்-தேன். அவள் என்னை தேடுவதற்கு முன்பாக நான் செல்-லவேண்டும் நேரம் வரை சென்று கொண்டே இருக்கிறது நான் சொல்லட்டுமா? சரி சரி செல் இருவரைப் பற்றியும் இரவு நண்பனுக்கும் முகமூடி கருப்பு நிழலுக்கும் செய்தி அனுப்பி விடு. என்று அவர்கள் உரையாடிக் கொண்டிருக்-கும் பொழுதே இவர்களைக் கையும் களவுமாகப் பிடிக்க வேண்டும் என்று அவர்களை பிடிக்க ஓடினாள் ஜோ உடனே அவளின் கையையும் வாயையும் பொத்தி அமை-தியாக அங்கிருந்த புதரில் மறைத்தான் நிர்மல். சரி சரி யாரோ வனத்திற்கு வருகிறார்கள் போலிருக்கிறது சென்று நாளை சந்திப்போம் என்று கூறி இருவரும் பிரிந்து சென்-றனர். அடேய் விடு என்னைய் அந்தக் கள்வனை கையும் களவுமாக பிடித்து இருப்பேன் என்னை எதற்காக தடுத்து நிறுத்தினால் இன்று அவனுக்கு நான் யார் என்று தெரிந்-திருக்கும் அனைத்தையும் சொதப்பி விட்டாயே.

ஹா ஹா ஹா!....... நிர்மல் சிரித்தபடியே யார் நானா செய்தது தவறா அவர்கள் பேசிக் கொண்டிருந்ததை நீ நன்றாக கவனித்தாயா இல்லையா இவர்கள் இருவருக்கும் மேல் யாரோ இருக்கிறார்கள் மற்றும் இளவரசி எங்கு இருக்கிறார் என்று நமக்கு தெரியாது ஆனால் அவர்கள் அறிந்திருக்கிறார்கள் இவர்களைப் பின்தொடர்ந்து தான் நாம் இளவரசியை கண்டுபிடிக்க வேண்டும். அதுமட்டு-மில்லாமல் கவிநிலவன் இன்னும் நீ அவனுடைய ராஜ்-

யத்தில் அவன் கட்டுப்பாட்டில் தான் இருக்கிறாய் என்று நம்பிக் கொண்டு இருக்கிறான் நீ மட்டும் இப்போது அவர்கள் இருவரையும் பிடித்து இருந்தால் அனைத்து காரியங்களும் கேட்டிருக்கும் அவர்கள் இருவருக்கும் மேல் இருக்கும் அந்த தலைவனுக்கு அவருடைய திட்டத்தை நாம் அறிந்து விட்டோம் என்று இளவரசியை என்னவேண்டுமானாலும் செய்யக்கூடும். நான் உன்னை தடுக்காவிட்டால் உன்னால்தான் அனைத்து காரியங்களும் கேட்டிருக்கும் மேலும் இளவரசிக்கு நீயே துன்பத்தை விளைவித்து இருப்பாய் உன்னை எப்படி அசோகனும் இளவரசியின் மெய்ப்பாதுகா-வலராக வைத்தார்?. போதும் போதும் ஏதோ ஒரு தடவை தெரியாமல் தவறு செய்துவிட்டாய் அதையே பெரிதாக கூறிக் கொண்டிருப்பார் சரி இப்பொழுது நாம் எப்படி எவ்-ளினை கண்டு பிடிக்கப் போகிறோம் மேலும் இவர்களின் திட்டத்தை எப்படி முறியடிக்க போகிறோம்? நான் என்ன பண்ணிட்டு போறன் முடி இங்கு அழைத்து வந்தது போல் கேட்கிரிர்?. அவர்களுடைய திட்டத்தை முறியடிப்பது தான் நம்முடைய திட்டமே இப்போது இங்கு இருப்பது நன்மை என்று வாருங்கள் நாமும் என் தேசத்திற்குச் சென்று இரவு மீண்டும் இந்த வனத்திற்கு வந்து கவிநிலவன் யாருக்கு தூது அனுப்புகிறான் அந்தத் தூதன் எதைக் குறிப்பிடுகி-றாள் என்பதனை தெரிந்துகொள்ள வேண்டும் அப்பொழு-துதான் நம்மால் அடுத்த முடிவை எடுக்க முடியும் என்று நிர்மல் கூற. இருவரும் அந்த வனத்தில் இருந்து நிர்மல் உடைய கிராமத்தை நோக்கி சென்றனர்.

செம்பூர்வராய மாவட்டத்தில் அரசவை கூடின அரசரோ அரசவைக்கு வந்தார். தலைமை மந்திரியாரே நம்முடைய போர் பயிற்சி கூடம் எப்படி இருக்கிறது போர்வீரர்களுக்கு அந்த நவீன ஆயுதங்களை கையாள்வது எப்படி என்று கற்பித்தானா இல்லையா? அரசியை அதுவந்து.... என்ன வந்து என்று இழுக்கிறாய் என்ன நடக்கிறது என்று தெளி-வாக கூறு? அந்த அதிநவீன ஆயுதங்களை நம் ராஜ்யத்-தில் மட்டுமல்ல எந்த ராஜ்யத்தில் யாரும் இதுவரை பயன்-

படுத்தவில்லை. அதனாலேயே அந்த ஆயுதங்களை எப்ப-
டிக் கையாள்வது என்று யாருக்குமே தெரியவில்லை வல்-
லுனர்கள் அனைவரிடமும் விசாரித்து விட்டோம் அவர்க-
ளுக்கே இந்த ஆயுதத்தைப் பற்றி ஒன்றுமே தெரியவில்லை.
அப்படியெனில் அந்த ஆயுதத்தை பயன்படுத்த வேண்-
டாம் என்று கூற வருகிறீர்கள் சரிதானே?. அப்படி இல்லை
அரசே அதை எப்படி பயன்படுத்துவது என்று எவரும்
அறியாத வண்ணம் அதை எப்படி போரில் பயன்படுத்து-
வது?. ஓ நம் எதிரி அவர்கள் அதை பயன்படுத்த உரிமை
உண்டு இந் நாட்டிலே பிறந்து இங்கேயே வளர்ந்த நமக்கு
உரிமை இல்லையோ?. அப்படி இல்லை அரசே அதை
எப்படி கையாள்வது என்று அறியாமல் எப்படி அதை இப்-
போரில் பயன்படுத்துவது. அதைப் பற்றி முழுவதும் அறிந்த
யாரோ ஒருவர் வந்து நமக்கு கற்பித்தால் மட்டுமே அதை
நம்மால் போரில் பயன்படுத்த முடியும். இதுவரை அந்த
ஆயுதத்தையும் நாம் எதிரிதான் பயன்படுத்தி வருகிறார்-
கள் மேலும் அதை பயன்படுத்த வேண்டுமென்றால் சுல்தா-
னின் படையில் உள்ள வீரர்கள் ஏதோ ஓரளவுக்கு அதை
எப்படிப் பயன்படுத்துவது என்று அறிந்தவர்கள் இப்பொ-
ழுது நாம் சுல்தானின் உதவியை நாடினால் அவர்களது
படையோ இங்கு வருவதற்கு இரண்டு முதல் நான்கு நாட்-
கள் ஆகும் அது வரை நம்மால் இங்கு பொறுமையாக
காத்திருக்க முடியாது வேறு வழி இல்லை அரசே.

என்ன வழி இல்லையா?. வழி ஒன்று இருக்கிறது
ஆனால் அதற்கு நீங்கள் கட்டுப்பட்டு இருப்பீர்களா என்று
தான் எனக்கு தெரியவில்லை?. வழி இருக்கிறது என்றால்
சந்தோஷம் தானே அரசே நிச்சயம் உங்கள் ஆணைக்கு
நாங்கள் கட்டுப்பட்டு நிற்கும் அந்த வழி என்னவென்று
கூறுங்கள். கூறுகிறேன் அந்த ஆயுதங்களை எப்படி
கையாள்வது என்று துல்லியமாக தேர்ச்சிபெற்ற ஒருவர்
இருக்கிறார் அவரைத்தான் நான் இந்தப் போரின் பயிற்சி-
யாளராக நியமிக்க போகிறேன். என்று அரசர் கூறியவுடன்
யார் அந்த பயிற்சியாளர் என்று தெரியாமல் அங்கிருந்த

மந்திரி அவையிலிருந்த அனைவரும் தங்களுக்குள்ளேயே கிசுகிசுத்துக் கொண்டிருந்தன மூத்த மந்திரி யாரோ அரசியலை நோக்கி. அரசி யார் அந்த பயிற்சியாளர் எங்களுக்கு அறிமுகம் செய்து வையுங்கள் ஏன்? ஆம் உங்களுக்கு அறிமுகம் செய்யாமல் இன்றைய அவை கூடியது நோக்கமே அதுதானே என்று அங்கிருந்த ஒரு வீரரை அழைத்து ராணி மற்றும் அவளது தோழியை நான் வரச் சொன்னதாக சென்று ராணியிடம் கூறு என்று அரசர் கூற அந்த வீரனும் அரசரின் ஆணையை ஏற்று அங்கிருந்து புறப்பட்டு ராணி இருக்கும் அறைக்கு சென்றேன். ராணியைப் பார்த்ததும் அந்த வீரனோ இந்த தேசத்து பட்டத்துராணி கிருஷ்ணவேணி யார் வாழ்க வாழ்க என்று கூற. கூறுங்கள் வீரரே தாங்கள் என் அறைக்கு வந்ததன் நோக்கம் என்ன? ஏதேனும் செய்தியைக் கொண்டு வந்திருக்கிநீர்களா?. ஆமாம் ராணி அரசரிடமிருந்து ஒரு செய்தியை கொண்டு வந்திருக்கிறேன் அரசர் உங்களையும் உங்களுடைய தோழியையும் அழைத்துக்கொண்டு அவைக்கு வருமாறு கூறினார். சரி நீ சொல் நான் வருகிறேன் என்று ராணி கூற அந்த வீரனும் அந்த அறையிலிருந்து சென்றான்.

ராணி கிருஷ்ணவேணி யாரோ எவ்ளினை அழைப்பதற்காக அவளுடைய அறைக்கு சென்றார் அப்போது அங்கு வந்த ஒரு வயதில் மூத்த தாதி பெண்ணோ தேவி இந்த ராஜ்யத்தை முழுப் பாதுகாப்பையே அந்தப் பெண்ணிடம் ஒப்படைக்கும் போகிறீர்களா! வேண்டாம் வேண்டாம் அவள் நாம் எதிரியாக கூட இருக்கலாம் மேலும் அவ்வளவு ஒரு மேலே நாட்டைச் சேர்ந்த பெண் அவளிடம் இந்தப் பொறுப்பை ஒப்படைக்காதீர்கள். அம்மா நீங்கள் மட்டுமல்ல யார் எதைப் பற்றிக் கூறினாலும் அதைப் பற்றிய கவலை எனக்கில்லை எவ்ளின் தான் இன் நாட்டுப் போர் பயிற்சி அளிக்கப் போகிறார் என்பதில் நான் உறுதியாக உள்ளேன் அதை பற்றி யாரிடமும் நான் முறையிட்டு விட்டேன் என்று கூறிய வழிய அங்கிருந்து சென்

றார். அரசவையில் இருந்த அனைத்து மந்திரிகளும் ராணி கிருஷ்ணவேணி யாரின் வருகைகாக காத்திருந்தேன். ராணி கிருஷ்ணவேணி யாரோ எவ்ளினை அழைத்துக் கொண்டு அரசவைக்கு வந்தார் எவ்ளினை பார்த்த அரசவை மந்தி- ரிகள் என்ன இது இவளை ராணி இவளை அழைத்துக் கொண்டு வருகிறார்கள் என்று வியப்பில் இருந்தன. ராணி கிருஷ்ணவேணி யாரோ அரசருக்கு அருகில் வைக்கப்பட்- டிருந்த அரியணையில் சென்று அமர எவ்ளின் அரசா- ருக்கு முன்பாக நின்று கொண்டு இருந்தால். அரசரோ தனது சிம்மாசனத்தில் இருந்து இதோ இங்கு நின்றுகொண்- டிருக்கும் இப்பெண்ணின் பெயர் தான் எவ்ளின் இவள் தான் நம் படை வீரர்களுக்கு பயிற்சி அளிக்கப் போகிறார் மேலும் இவரின் பாதுகாப்பிற்காக நான் மற்றும் இந்நாட்டு ராணி கிருஷ்ணவேணி யார் இவல் இப்பயிற்சி கூடத்தை விட்டு வெளியே செல்லும் வரை இவளுக்காக காவலுக்கு நாங்கள் அங்கு இருப்போம் மேலும் இவருடைய நண்பனா- கிய ஜோசப்பும் இருப்பான் என்று அனைவரின் காதுகளி- லும் கேட்கும்படி உரக்க சொன்னார். அரசர் கூறியதைக் கேட்ட மூத்த மந்திரியோ அரசரே என்ன இது இவ்வ- ளவு நம் படை பயிற்சியாளராக நியமிப்பது சற்று சிந்- தித்து முடிவெடுங்கள் இல்லையெனில் விளைவு விபரீதமாக இருக்கும். மந்திரியாரே சரி இவளைத் தவிர வேறு ஏதே- னும் சிறந்த ஒரு பயிற்சியாளரை நீங்களே கூறுங்கள் ஏன் அவரை ஏன் நாம் நம் படையின் பயிற்சியாளராக நிய- மித்து விடலாம் இளம் பெண் என்று இவளைப் பார்த்து எடை போடாதீர்கள் இவளுடைய விவேகமும் வீரமும் நம் படை வீரர்களால் கூட ஈடு கொடுக்க முடியாது அப்ப- டிப்பட்ட தன்மை வாய்ந்த பெண்ணாவாள் இவள். இவள் தான் நம் பழைய இன் பயிற்சியாளராக இதுவே எனது இறுதி முடிவாகும் என்று அரசர் கூற மதர் பேச்சு பேச முடியாமல் அனைத்து மந்திரங்களும் அரசின் முடிவை ஒப்புக்கொண்டன.

அரசரின் எவ்ளினை அவருடைய படைக்கு பயிற்சியா-ளராக நியமித்த உடன் ஓரிரு வினாடிகளிலேயே ராணி கிருஷ்ணவேணி யார் எவ்ளின் மற்றும் ஜோசப்பை அவர்-களுடைய வடை பயிற்சிக் கூடத்திற்கு அழைத்துச் சென்-றார்கள். அந்தப் பயிற்சி கூடத்தை கண்ட எவ்ளினோ ராணி என்ன இது எங்க பயிற்சி அளிப்பது இவர்களுக்கு? ஆமாம் தேவி இதுதான் எங்கள் தேசத்து பயிற்சிக்கூடம் ஆகும் எங்கள் ராஜ்யத்தில் உள்ள அனைத்து வீரர்களும் இங்கு வந்துதான் பயிற்சியை மேற் கொள்வர் இந்தப் பயிற்-சிக் கூடத்திற்கு என்ன குறைச்சல்? பயிற்சி கூடத்தில் தவறு ஏதுமில்லை அம்மா ஆனால் இப்பொழுது நாம் கையாள போகும் ஆயுதமோ அதி நவீன துப்பாக்கிகள் மற்றும் பீரங்கிகள் ஆகும் இதை இங்கே வைத்து சோதனை மேற் கொண்டால் இங்குள்ள இடமோ நாசமா-கிவிடும் அதனால் ஏதேனும் ஒரு வெட்டவெளியை ஆக இருக்கும் மைதானத்திற்கு சென்று அங்கு பயிற்சியை மேற்-கொள்ளலாமே? ஆமாம் தேவி அது சரிதான் இவ்விடத்தி-லேயே பயிற்சியை தொடங்கினால் இடமல்லவா சேதமாகும் வாருங்கள் எங்கள் ராஜ்யத்தில் உள்ள அனைத்து இடங்-களிலும் உங்களுக்கு காட்டுகிறேன் அதில் எந்த இடம் உகந்தது என்று நீங்களே தேர்வு செய்து அங்கேயே நாம் நமது பயிற்சியை தொடங்கலாம் என்று கூறி அந்த ராஜ்-யத்தில் இருந்த அனைத்து மதங்களுக்கும் எவ்ளினை ஆயிரத்து சென்று சுற்றிக் காட்டினார் ராணி கிருஷ்ண-வேணியார். ஒரு கன பயிற்சிகள் தொடங்குவதற்கு முன்-பாகவே ராணி கிருஷ்ணவேணியார் எவ்ளினை நன்றா-கப் புரிந்து கொண்டே இருவரும் நண்பர் ஆகிவிட்டார்கள். ராணி கிருஷ்ணவேணியார் எவ்ளினை அவர்களுடைய ராஜ்யத்தில் உள்ள அனைத்து இடங்களுக்கும் அழைத்-துக்கொண்டு இடங்களை சுட்டிக் காட்டியபோது அங்கெல்-லாம் வந்த அந்த முகமூடி அணிந்த மனிதனை கண்டாள் எவ்ளின். ஆனால் எவ்ளினோ அந்த முகமூடி மனித-ரைப் பற்றி ராணியிடம் கூறவில்லை அவனைப் பற்றி தென்-

னுடைய நண்பனாகிய ஜோசப்பிடம் மட்டுமே கூறினாள். கதிரவனும் தனது கடமையை முடித்துக் கொண்டு வீடு திரும்பும் வேளையில் எவ்வின் வீரர்களுக்கு அன்றைய பயிற்சியை நிறைவு செய்து தன் அறைக்குத் திரும்பிக் கொண்டிருந்தாள்.

நிர்மல் உறங்கியது போதும் எழுந்திரு சீக்கிரம் எழுந்திரு கதிரவன் அவனது கடமையை முடிக்க போகிறான் இப்-பொழுது நாம் புறப்பட்டால் தான் நாம் அந்த வானத்திற்கு செல்ல முடியும் என்று எதோ உறங்கிக்கொண்டிருந்த நிர்-மல் ஐ ஜோ எழுப்பினாள். தனது படுக்கையில் இருந்து எழுந்த நிர்மலா இரண்டு நாட்களாக சரியாக உறங்க-வில்லை அதனால்தான் ஆழ்ந்த உறக்கத்திற்கு சென்று விட்டேன் சரியான சமயத்தில் என்னை எழுப்பி அதற்கு நன்றி சரி வாருங்கள் நாம் நம் பயணத்தை மேற்கொள்-வோம் அப்போதுதான் சரியான நேரத்திற்கு நாம் அவ்-விடத்திற்கு சென்று அடைய முடியும் என்று இருவரும் அவர்களுடைய வால் மற்றும் கேடயங்களை எடுத்துக்-கொண்டு குதிரையில் ஏறி வனத்தை நோக்கிப் புறப்பட்-டார்கள். அந்த வானத்தின் மறு பகுதியில் இருக்கும் ஒரு மலையை வந்தடைந்தனர் ஜோ மற்றும் நிர்மல். நிர்மல் என்ன இது கவிநிலவன் வந்து சென்று விட்டானா இல்-லையா என்று நாம் எப்படி அறிவது? நிச்சயம் இல்லை அக்கா சற்று நேரம் அமைதியாக இருங்கள் தூரத்தில் ஏதோ ஒரு குதிரையை நம்மை நோக்கி ஓடி வருவது போல் இருக்கிறது. சரி வா வருவது யார் என்று நமக்குத் தெரியாது இங்கிருந்து சென்று என்று இருவரும் அங்கி-ருந்த ஒரு பாறைக்கு பின்னால் சென்று ஒளிந்து கொண்-டிருந்தார்கள் அப்போது ஒரு குதிரை வேகமாக ஓடிவந்து அந்த மலையின் அடிவாரத்தில் நின்றது அந்த குதிரையி-லிருந்து குதித்த ஒருவனைத் தனது முகத்திரையை அகற்-றினான். ஆம் அது வேறு யாரும் இன்றி கவிநிலவன் தான் முகத்தில் முகத்தை வைத்துக்கொண்டு அந்த குதி-ரையில் ஏறி இங்கு விரைவாக வந்தான். கவிநிலவன்

இன் முகத்தை பார்த்தேன் நிர்மலா அக்கா என்ன இது இன்று இவன் முகத்தில் எதோ பரபரப்பு தெரிகிறதே என்ன நடந்திருக்கும் எனக்கு புரியவில்லை. நிர்மல் சற்று நேரம் அமைதியாக இரு நாம் இப்பொழுது இங்கு இருப்-பதே உசிதமான காரியமன்று இங்கிருந்து சென்று விடு-வோம் என்று அங்கு அவர்கள் மறைத்து வைத்திருந்த அவர்களுடைய குதிரையை எடுத்துக்கொண்டு வனத்தின் நடுவே அமைந்திருக்கும் ஒரு குளத்தை நோக்கி வந்தார்-கள். அக்கா சற்று நேரம் இல்லிங்களே எனக்கு ஒரு யோசனை தோன்றுகிறது நாம் ஏன் அதை செய்து பார்க்-கக் கூடாது என்னை யோசனை அது சட்டென்று கூர் நமக்குப் போதிய நேரமில்லை நாம் அவன் கண்ணில் சிக்கி விடக்கூடாது.

ஆமாம் அக்கா நான் கூறுவதை சற்று உன்னிப்பாக கவனியுங்கள் அவன் கழுகின் உதவியுடன் அல்லவா நடக்கும் நிகழ்வினை பகிர்ந்து கொள்கிறார்கள்? ஆமாம் அதற்கு என்ன இப்பொழுது?. அக்கா நான் கூற வந்த விஷயமே அதுதான் நாம் இங்கேயே காத்திருந்தேன் அந்த கழுகு இவ்வழியே வந்தவுடன் நாம் ஏன் அதைத் தாக்கி அது என்ன செய்தி என்று அறிந்து கொள்ளக் கூடாது. ஆமாம் நிர்மல் இது நல்ல யோசனையாக இருக்கிறதே ஆனால் அக்கறை தாக்குவதற்கு நம்மிடம் வில்லம்பு எது-வும் இல்லையே இப்பொழுது என்ன செய்வது?. அதைப்-பற்றிய கவலை தங்களுக்கு வேண்டாம் அக்கா இக்காட்டில் ஏதேனும் ஒரு மூங்கில் மரம் கூடவா இல்லாமல் இருக்கும் மூங்கில் மரத்திலிருந்து மூங்கிலை உடைத்து நாம் குதி-ரையை கட்ட பயன்படுத்திய கயிற்றில் அம் மூங்கிலை வளைத்து நம் வாலை வில்லாக பயன்படுத்தலாம். இந்த யோசனை சிறப்பாக இருக்கிறது நிர்மல். சரி அக்கா நீங்-கள் இங்கேயே இருங்கள் நான் சென்று இங்கு ஏதேனும் மூங்கில் மரம் இருக்கிறதா என்று பார்த்து மூஞ்சில எடுத்-துக்கொண்டு வருகிறேன் என்று கூறிவிட்டு அங்கிருந்து மூஞ்சியை தேடிச் சென்றான் நிர்மல். நிர்மலா மூங்கில்

மரத்திலிருந்து மூஞ்சில எடுத்துக் கொண்டு வருவதற்கு முன்பாக குதிரையை கட்டுவதற்காக பயன்படுத்திய கயிறு- களை இன்னும் நன்றாக திரித்து வைத்து இருந்தாள். நிர்- மல் மூங்கிலை கொண்டு வந்த உடன் அந்த கயிற்றின் அந்த மூங்கிலில் கட்டி வைத்து ஒரு வில்லாக வே செய்து விட்டனர் இருவரும். நேரமும் சென்றுகொண்டே இருந்தது சந்திரனோ உச்சிக்கு வந்துவிட்டான் என்ன நடக்கிறது நிர்- மல் இங்கே. இல்லை அக்கா நாம் இங்கே காத்திருந்து அதன் பயன் வீணாகவில்லை அங்கே பாருங்கள் இப்பொ- முதுதான் கவிநிலவன் மலை ஏறத் தொடங்கி இருக்கிறான் சற்று நேரம் இங்கேயே பொறுத்திருந்து பார்ப்போம் நிச்சயம் கழுகு வரும் இன்று நாம் யார் அந்த உளவாளி எதற்- காக இப்படி செய்கிறான் எவனவன் என்பதனை அறிந்து கொள்வோம் என்று கூற ஜோ அமைதியானாள்

கவிநிலவன் ஓம் மலையின் உச்சிக்கு சென்ற உடன் ஏதோ இங்கும் அங்கும் திரிந்து கொண்டே இருந்தான் அதைக்கண்ட நிர்மல் மற்றும் ஷோவிற்கு அவன் என்ன செய்கிறான் என்று புரியாமல் சற்று நேரம் அவனையே உற்று நோக்கிக் கொண்டிருந்தனர். சிறிது நேரத்திலே தூரத்தில் 2 கழுகு ஒன்றான் பின் ஒன்றாக கத்திக்- கொண்டே வருவதை கண்டேன் நிர்மலா அக்கா அங்கே பாருங்கள் பருந்து 2 கத்திக் கொண்டே வருகிறது வில்லை கொடுங்கள் அதை பிடித்து விடலாம் என்று வில்லை வாங்க முற்பட்டான் நிர்மல். டேய் நிர்மல் சற்று பொறு ஜோகூர் அதற்குள் அந்த இரு பேருந்துகளும் சென்று விட்டதே என் அக்கா வந்த வாய்ப்பினை தவற விட்டு விட்டீர்கள் இப்பொழுது என்ன செய்வது. அடே மடையா இப்பொழுது அந்த பரிந்துரை நாம் பிடித்தால் காரியமே கெட்டுவிடும் அந்தப் பருந்து அங்கே சென்று கவிநிலவன் இடம் இருந்து என்ன செய்தியை கொண்டே செல்கிறது என்பது தான் நமக்கு வேண்டும் அது கவிஞுனிடம் செல்- லட்டும் அவன் என்ன பதிலை யாருக்கு கூறுகிறான் என்று அப்பரும் தேனி வழியாக தானே செல்லும் அப்போது

பிடித்துக் கொள்ளலாம் அதற்காக தான் இப்போது அதை விடச் சொன்னேன். ஓ அப்படியா சரி அக்கா? என்று நிர்மல் கூற இருவரும் பருந்தின் வருகைக்காக காத்திருந்தனர். பருந்து கவிநிலவன் இடம் சென்றடைந்தவுடன் கவிநிலவன் அந்த இரு பருந்துகளின் கால்களில் வெவ்வேறு காகிதத்தால் களைகட்ட அந்த இரு கழுகுகள் ஓ பறந்தது அந்த இரு கழுகுகளும் ஜோ மற்றும் நிர்மல் இருந்த வழியே சென்று கொண்டிருக்கும் பொழுது ஜோ சட்டென்று வில்லை வாங்கி அவள் கையில் இருந்த கத்தியை அம்பாக பயன்படுத்தி ஒரு ப 1ருந்தினை பிடித்துவிட்டாள். அந்தப் பருந்து வானிலிருந்து கீழே விழுந்தவுடன் கவிநிலவன் ஓ அவன் இருந்த இடத்தை அவன் ஓலிக்காத கொண்டுவந்திருந்த தீப்பந்தத்தை உதவியுடன் எரிக்கத் தொடங்கினான் அந்த மலை முழுவதும் விருவிருவென எரிந்து கொண்டே கீழே வர கவிநிலவன் அவனுடைய குதிரையில் ஏறி மலை உச்சியிலிருந்து அவன் கிராமத்தை நோக்கிச் சென்று விட்டான் அந்த தீயோ காட்டை வந்தடைந்து காடு தீப்பற்றி எரியத் தொடங்கிவிட்டது. அக்கா சீக்கிரம் அந்த பருந்து எங்கே இருக்கிறது என்று கண்டறியுங்கள் இக்காடு வேறு பற்றி எரிகிறது. என்று நிர்மல் கூற இருவரும் பறந்து கீழே விழுந்த இடத்தை நோக்கி ஓடின அங்கே இருந்து உயிருக்கு போராடிய நிலையில் இருந்தது அதை சட்டென்று பிடித்து தான் கொண்டு வந்திருந்த பையிக்குள் அடைத்த நிர்மல். அக்கா பரந்த எடுத்துவிட்டேன் சீக்கிரம் வாருங்கள் இங்கிருந்து சென்று விடுவோம் இந்த காடு பற்றி எரியத் தொடங்கிவிட்டது என்று கூற. இருவரும் தங்களது குதிரையில் ஏறி சட்டென்று அதை விட்டு வெளியேற முயற்சி செய்து கொண்டிருந்தார்கள் எப்படியோ குதிரையின் ஓட்டத்தினால் இருவரும் அக்காட்டில் இருந்து வெளியே வந்து தங்கள் கிராமத்தை வந்தடைந்தார்கள்.

இருவரும் அவர்களுடைய கிராமத்திற்கு வந்தடைந்தது அதிகாலை இரண்டு மணி ஆகும் அந்த நேரத்தில்

கிராமத்தில் ஒருவரும் வைத்திருக்கவில்லை அனைவரும் அவர்களுடைய குடிசையில் ஆழ்ந்த உறக்கத்தில் இருந்தார்கள் எவரையும் தொந்தரவு செய்யவேண்டாம் என்று கருதிய இவர்கள் அந்தப் பெருந்தினை எடுத்துக்கொண்டு ஜோவின் குடிசைக்கு வந்தார்கள். அப் பருந்தை வெளியே எடுத்து அதனை உற்று பார்த்த நிர்மலா அக்கா பார்ப்பதற்கு இது ஒன்றும் சாதாரண பருந்து போல் தெரியவில்லை இது ஏதோ ராணுவத்தில் அல்லது ராஜ்யத்தில் ஒற்றனாக பணியாற்ற பருந்தின் ஐ பயன்படுத்தி இருக்க வேண்டும். ஆமாம் நிர்மல் எனக்கும் அப்படித்தான் தெரிகிறது இதன் தோற்றமும் அப்படித்தான் காட்சியளிக்கிறது யார் இதை இங்கே பயன்படுத்துகிறார்கள்?. அக்கா நமக்கு இப்பொழுது இப்படத்தைப் பற்றிய ஆராய்ச்சி தேவை இல்லை அதில் என்ன எழுதி இருக்கிறது என்பதனை சீக்கிரம் படியுங்கள் அப்பொழுதுதான் நம்மால் இளவரசியை மீட்டு மன்னர் அசோகர் இடம் சேர்க்க முடியும் என்று கூற ஜோவை பருந்தின் காலில் இருந்த காகிதத்தால் ஏற்றி அதில் என்ன இருக்கிறது என்பதனை படிக்கத் தொடங்கினாள். " அண்ணா எவ்ளின் செம்பூர்வைராய இன்னும் ஒரு வடை மாவட்டத்தில் தான் இப்பொழுது அவள் தஞ்சமாக தங்கியிருக்கிறாள் மேலும் நம்முடைய படைகள் ஆண் நாட்டினை நாளை மறுநாள் போர்தொடுக்க உள்ளார்கள் நாங்கள் அப்போரில் பயன்படுத்த போவதோ அதிநவீன ஆயுதங்கள் ஆகும் எப்படியும் அந்நாட்டின் வைத்து விடுவோம் அந்நாட்டை நாங்கள் வீட்டை விட்டால் அங்கு அவளுக்கு சிறு துளியும் பாதுகாப்பு இருக்காது அப்பொழுது நம்முடைய கருப்பு நிழல் முகமூடி அங்கே சென்று அவளை நம்முடைய கட்டுப்பாட்டுக்குள் கொண்டு வந்து விடுவான். என்னுடன் இருக்கும் ஜோவிற்கு என் மீது சந்தேகம் ஏற்பட்டு விட்டது போலிருக்கிறது இதுவே நான் உங்களுக்கு எழுதும் கடைசிக் கடிதம் ஆக கூட இருக்கக்கூடும் மேலும் கடிதத்தை நான் வெற்றி பெற்ற பிறகு உங்களுக்கு அனுப்புகிறேன் ".

என்று அக்கடிதத்தில் குறிப்பிட்டிருந்ததை படித்தவுடன் என்ன செய்வது என்று தெரியாமல் திகைத்து நின்று இருந்தாள் ஜோ. சட்டென்று ஜோவின் கையில் இருந்த அந்தக் காகிதத்தை பிடிங்கிய நிர்மல் அதில் குறிப்பிட்-டிருந்த மாவட்டத்தை நோட்டமிட்டான். அக்கா இந்த மாவட்டம் எங்கிருக்கிறது என்று எனக்குத் தெரியும் வாருங்கள் இப்பொழுதே புறப்படுவோம் சென்று நம் இளவ-ரசியை காப்பாற்ற வேண்டும். சற்று பொறுமையாக இரு நிர்மல் நிலைமை கைமீறிப் போய்விட்டது அவர்கள் நாளை மறுநாள் போர்தொடுக்க போகிறார்கள் என்று இக்கடிதத்தில் குறிப்பிட்டிருக்கிறது இங்கிருந்து அந்த மாவட்டத்திற்கு செல்வதற்கு எத்தனை நாட்கள் ஆகும்? குறைந்தது ஒரு இரவு பகலாகும் அக்கா. போ ஒரு இரவு பகல் நாம் இங்கிருந்து அங்கு செல்வதற்குள் அவரே போர் தொடங்கி விடும் போரிலோ அவர்கள் பயன்படுத்த போவது அதிந-வீன கருவி ஆகும் நம்ம ஆட்களுக்கு கல்வியைப் பற்றி ஒன்றுமே தெரியாது மேலும் நம் ஆட்கள் பயன்படுத்து-வதோ சாதாரண ஆயுதங்கள் தான் எப்படியும் அவர்களு-டன் நம்மாட்கள் தோல்வி அடைந்து விடுவார்கள் எப்படி-யாவது இதை தடுத்து நிறுத்த வேண்டும். ஆமாம் அக்கா எப்படியாவது இதை தடுத்து நிறுத்த வேண்டும் ஆனால் நம்மிடம் போதிய நேரமில்லை வேறு வழியும் இல்லை இப்-பொழுதே நாம் இங்கிருந்து புறப்பட தொடங்கினால் மட்-டுமே போர் தொடங்குவதற்கு ஒரு மணி நேரத்திற்கு முன்-பாக சென்றால் கூட நம்மால் இளவரசியை பத்திரமாக மீட்க முடியும் இல்லையெனில் எதுவும் நடக்காது தாம-தம் படுத்தாதீர்கள் உடனே புறப்படுங்கள். ஆமாம் நிர்மல் நீ கூறுவதும் சரிதான் நமக்கு வேறு வழி இல்ல என்று இருவரும் அந்த தேசத்தை தேடி செல்ல தமது கிராமத்தி-லிருந்து புறப்பட்டார்கள்.

அரண்மனையில் எவ்ளினின் அறைக்கு வந்த ராணி கிருஷ்ணவேணி யாரோ எவ்ளின் உறங்கிக் கொண்டு இருப்பதைக் கண்டு. பெண்ணுறுப்பின் காரணமாக உறங்கிக்

கொண்டிருக்கிறார் இப்போது இவளை தொந்தரவு செய்ய வேண்டாம் நாம் இவள் எழுந்தவுடன் வந்த விஷயத்தை கூறிவிடலாம் என்று தனக்குள்ளேயே முழு முடித்துவிட்டு அங்கிருந்து கதவை நோக்கி சென்றாள். ராணிக்கு வந்-தனங்கள் என்ன நடக்கிறது அம்மா தங்கள் வந்த விஷ-யத்தை என்னிடம் கூறாமலே செல்கிறீர்களேலே? தேவி தாங்-கள் வைத்துக்கொண்டுதான் இருக்கிறீர்களா தாங்கள் உறங்கி விட்டீர்கள் என்று அல்லவா நான் நினைத்தேன் இந்நேரத்தில் உறங்காமல் என்ன செய்து கொண்டிருக்கிறீர்-கள்?. அது என்னுடைய கவலை தாயே தாங்கள் வந்த விஷயத்தை கூறுங்கள்?. தேவி நான் உன்னை என் மகள் போலல்லவா பார்த்துக் கொள்கிறேன் உன் விஷயம் என்ன விஷயம் என்று இதற்காக பிரித்துப் பிரித்து கூறுகிறாய் உன் மனக் சங்கடங்களை என்னிடம் கூறி அதற்கு என்-னால் இயன்ற அளவு தங்களுக்கு உதவி செய்கிறேன். அது ஒன்றும் இல்லை தாயே நான் என் கணவரை எப்படி மீட்பது மற்றும் என் தோழி ஜோவை எப்படி மீட்பது என்று தான் சிந்தித்துக் கொண்டிருந்தேன் அதைப் பற்றி நினைத்-தாலே உறக்கமே வரமாட்டேங்குது. தேவி அதைப் பற்றிய கவலை தங்களுக்கு வேண்டாம் இப் போர் முடிந்தவுடன் நானே என் படைவீரர்களை உங்களுக்கு துணையாக உங்-கள் தோழி மற்றும் உங்களது கணவரை கண்டறிவதற்காக அனுப்புகிறேன் எங்களுடைய அடுத்த திட்டமே இதுதான் என்று ராணி கிருஷ்ணவேணி கூற எவ்விளினோ மிக்க நன்றி அம்மா மேலும் தாங்கள் இங்கு வந்ததன் நோக்கத்தை கூறவே இல்லையே? ஆம் நான் நான் இங்கு வந்ததன் காரணமோ நம் படைவீரர்கள் எப்படி பயிற்சிகளை மேற் கொள்கிறார்கள் என்பதனை அறிந்து கொள்ளவும் மற்றும் இன்னும் ஒரு இரவு மற்றும் பகல் தான் நம்முடன் இருக்-கிறது அதற்குள் அவர்கள் முழுமையாக கற்றுக் கொள் வார்களா ஏனெனில் நாளை விடிந்து மற்றும் ஒரு இரவு தான் நம் கையில் இருக்கிறது நாளை மறுநாள்லோ போர். ஆமாம் தாயே நானும் அறிவேன் படைவீரர்கள் ஓ அவர்-

கள் சரியாகத்தான் கற்றுக் கொண்டிருக்கிறார்கள் ஆனால் இப்படி வழி நடத்துவதற்கு ஒரு தலைசிறந்த படைத்-தலைவன் வேண்டுமல்லவா? அது மட்டும் போதாது படைத் தலைவனும் இந்த அதிநவீன ஆயுதங்களை எப்படிக் கையாள்வது இச்சமயத்தில் எந்தெந்த வீரர்களுக்கு எவ்வி-தமான உத்தரவை பிறப்பிக்க வேண்டும் என்பதனை அவன் அறிந்திருக்க வேண்டும் அதைப் பற்றி தான் நானும் நேற்-றிரவு சிந்தித்தேன் இதைப்பற்றி அரசரிடம் பேசவேண்-டும் என்று இருந்தேன் நீங்களே வந்து என்னிடம் விடை விட்டீர்கள் என்று இருவரும் உரையாடிக் கொண்டிருக்-கும் பொழுதே அந்த கருப்பு நிற லோ ஜன்னல் ஓரத்தில் நின்று இவர்களின் உரையாடலை கேட்டுக் கொண்டிருப்-பதை எவ்ளின் பார்த்தாள். உடனே ராணி கிருஷ்ணவேணி அவரின் அருகே சென்று அவரின் காதுகளில் ராணி யார் என்று எனக்குத் தெரியவில்லை நான் உங்கள் தேசத்-திற்கு வந்ததிலிருந்தே என்னை பின் தொடர்ந்து வரு-கிறான் அவனின் முகத்தில் ஒரு முகமூடியை அணிந்து கொண்டிருக்கிறான் மேலும் நான் செல்லும் இடங்களுக்கு எல்லாம் வந்து நான் என்ன செய்கிறேன் மட்டும் இந்த ராஜ்யத்தின் அனைத்து விஷயங்களையும் அவன் தெரிந்து வைத்திருக்கிறான் அவனை எப்படியாவது பிடிக்கவேண்டும் இப்பொழுதுகூட அங்கே பாருங்கள் ஜன்னல் அருகில் நின்று கொண்டிருக்கிறான் என்ன செய்வது என்று இராணி கிருஷ்ணவேணி அவரின் காதுகளில் எவ்ளின் முணுமு-ணுக்க. ராணியோ அந்த ஜன்னல் வழியே பார்க்க அந்த நெல் அவர்களின் கண்களுக்கு தென்பட்டது. உடனே இரு-வரும் சென்று அவனைப் பிடிக்க முற்பட்டனர் எனினும் தான் அருந்துவதற்காக தனது மஞ்சத்தின் அருகே வைக்-கப்பட்டிருந்த ஒரு ஜாடியை எடுத்து சட்டென்று அவனை நோக்கி வீசினார் அந்த ஜாடியை அந்த முகமூடி கருப்பு நிழலின் முகத்தின் பெரும் காயத்தை ஏற்பட்டது உடனே ராணி கிருஷ்ணவேணி அவர்கள் விரைந்து சென்று அவன் கைகளைப் பிடித்து வீரர்களை வீரர்களை என்று கர்த்தர்

தொடங்க அந்த கருப்பு நிற லோ ராணியை தள்ளி விட்டு அங்கிருந்து தப்பிச் சென்றான். ராணியின் நிலைமையைக் கண்ட எவ்ளின் உடனே ஜோசப்பை அழைத்து நடந்தது அனைத்தையும் கூறினாள். ஜோசப் விரைந்து சென்று ராணியை அழைத்துக் கொண்டு வந்து எபிளினின் மஞ்சத்தின் மீது படுக்க வைத்தான்.

மயக்க நிலையில் இருந்த ராணியோ சற்று வினாடிகளில் இயல்பு நிலைக்கு திரும்பினார். ஜோசப்பை அங்கே பார்த்த ராணி கிருஷ்ணவேணி யார் இங்கே என்ன நடக்கிறது என்று தாங்கள் அறிவீர்களா இல்லையா என்று நான் அறியேன்? என்று கூற ராணியின் பேச்சில் குறுக்கிட்ட எவ்ளினோ இல்லை அம்மா அந்த முகமூடி மனிதரைப் பற்றி நான் ஜோசப் இடமும் முன்பே முறையிட்டேன் அவரும் இதைப்பற்றி அறிவார் என்று கூற இதனை இப்படியே விட முடியாது அவனால் இந்த ராஜ்யத்திற்கு ஏதேனும் பெரிய தீங்கு விளைவதற்கு முன்பாக எப்படியாவது அவனை பிடித்தாக வேண்டும். இல்லை தாயே இப்பொழுது இதைப் பற்றி நாம் சிந்திக்க வேண்டாம் முதலில் நாம் நம் ஓர் வேலைகளை நன்றாக செய்து போரில் வெற்றி பெறலாம் பிறகு யார் இவன் என்பதனை பற்றி விசாரிக்கலாம் என்று எவ்ளின் கூற. சரி தேவி இருவரும் நன்றாக உறங்குங்கள் ஏனெனில் காலை பயிற்சி சிறிது கடினமாகவே இருக்கும் ஏனென்றால் மறுநாள் போர் அல்லவா என்று கூறியபடியே தனது அறையை நோக்கி புறப்பட்டார் ராணி கிருஷ்ணவேணி யார். எவ்ளினோ காலையில் போர்ப் பயிற்சி கூடத்தில் வீரர்களுக்கு போர்ப் பயிற்சி அளித்துக் கொண்டிருந்த தருணத்தில் எப்படி போர் பயிற்சி நடக்கிறது என்பதனை காண அரசர் மற்றும் அமைச்சர்கள் போர்ப்பயிற்சி கூட்டத்திற்கு வருகை தந்தனர் அவர்களை கண்ட வீரர் நோ வந்தனம் வந்தனம் என் தேசத்து அரசருக்கு என் பணிவான வணக்கங்கள் என்று கூற அங்கிருந்த அனைத்து போர்ப்பயிற்சி வீரர்களும் அரசரை வணங்கி நின்றார்கள். மந்திரியாரே பார்த்தீர்களா? இப்பெண்ணை

தவிர வேறு யாராலும் நம் தேசத்திற்கு எவ்வளவு துள்ளி-யமாக இன் போர்ப் பயிற்சி அளிக்க இயலாது இவளோ நமக்கு கிடைத்தது நாம் செய்த வாரம் ஆகும் என்று கூறியபடியே எவ்ளினை நோக்கி தேவி பயிற்சி எப்படி போய்க்கொண்டிருக்கிறது? அனைத்தும் நலம்தானா அரசே காலை விடிவதற்குள் அனைத்து வீரர்களும் அனைத்து கலைகளையும் பெற்று விடுவார் ஆனால்?. என்ன தேவி ஆனால் இன்று இருக்கிறீர்கள் ஏதேனும் பிரச்சினையா என்னிடம் கூறுங்கள் நான் அதை தீர்த்து வைக்கிறேன் பிரச்சினை ஒன்றும் இல்லை அரசே இந்த வீரர்களையும் வழிநடத்துவதற்கு இப் படையை வழிநடத்தும் படைத்தளபதி யோவ் இந்த நவீனமான ஆயுதங்களை எப்படி கையாள்-வது என்று துல்லியமாக தெரிந்திருத்தல் வேண்டும் அப்-போதுதான் அவரால் பறையை சரியாக வழி நடத்த இயலும் அவர் தவறாக உத்தரவைப் பிறப்பித்தால் அது நமக்கே பாதிப்புகளை ஏற்படுத்தும். ராணியும் காலை என்-னிடம் இதைப் பற்றி கூறினார் மேலும் இப்படத்தை அவரே தலைமை தாங்க வைப்பது என்று தான் நான் யோசித்துக் கொண்டிருக்கிறேன். அரசியல் எனக்கு ஒரு யோசனை ? என்ன யோசனை அது தயங்காமல் என்னிடம் கூறுங்கள் தேவி. அது ஒன்றும் இல்லை அரசே இந்த ஆயுதங்-களை யார் செய்தார்கள் அவர்கள் இந்த ஆயுதங்களை பற்றி அறிந்திருக்க வேண்டும் அல்லவா அவர்களை அணி படைக்குத் தளபதியாக நியமிக்க கூடாது?.

எவ்ளினின் இந்த யோசனையைக் கேட்ட உடன் அரசரோ மெள்ளப் புன்னகைத்த படியே தேவி தாங்கள் ஒன்றை அறிய வேண்டும். இந்த ஆயுதங்களோ நம் ராஜ்-யத்தில் தயார் செய்யப்பட்டவை அல்ல இது எதிரி நாட்-டின் படையில் தயார் செய்யப்பட்டவை நம் நாட்டை அடியோடு அழிக்க வேண்டும் என்ற எண்ணத்தில் எதிரி நாடார் இதனை அவர்கள் மேலைநாட்டார் இடமிருந்து வாங்கினார்கள் நாமோ இதைப் பற்றி சிறிதும் அறியாத-வர்கள் மேலும் பீரங்கியை மட்டுமே எங்களால் கையாள்-

வது எப்படி என்று அறிந்து கொள்ள முடிந்தது. நாங்கள் அதைப் பயன்படுத்தி இருந்தால் நிச்சயம் இப் போரில் தோல்வியடைந்து விடுவோம் என்று எண்ணியே இந்த ஆயுதங்களை எதிரிகளிடமிருந்து அவர்களுக்கே தெரியா- மல் நாங்கள் களவாண்டு கொண்டு வந்துவிட்டோம். அரசி- யல் என்ன ஊரு ராஜதந்திரம் தன் நாட்டிற்காக நீங்- களே உலகு பார்த்து கை அடிப்பீர்கள்? என்ற எவ்ளினின் பதிலைக் கேட்ட மூத்த மந்திரி யாரோ ஹே பெண்ணே என்ன ஆணவம் உனக்கு போனால் போவது என்று தங்கு- வதற்கு இடமும் வேலையும் கொடுத்தால் எங்கள் மன்னரை எதிர்த்துக் கேள்வி கேட்கிறாய் என்று சினம் கொண்டா- லும் இதனைக் கண்ட ராணி கிருஷ்ணவேணி யாரோ அமைச்சரின் சற்று பொறுமையாக இருங்கள் அவள் கூறி- யதை சற்று கவனித்தீர்களா நாட்டு நலனுக்காக என்று அல்லவா அவள் குறிப்பிட்டால் ஒரு அரசனாக பட்டவன் தன் நாட்டு மக்களுக்காக எதை வேண்டுமானாலும் செய்ய தயாராக இருக்க வேண்டும் அவர் கூறியதில் என்ன தவறு இருக்கிறது இப்பொழுது எதற்காக நீங்கள் இப்படி கோபப் படுகிறீர்கள் என்று சினம் கொண்டால் ராணி கிருஷ்ண- வேணியார்.

சரி போதும் நிறுத்துங்கள் உங்கள் வாக்கு வாதத்தை தேதி நான் உங்களிடம் ஒன்று கூறினால் அதை ஏற்- பீர்களா? என்று அரசர் எவ்ளினை நோக்கி வினவினார். எனக்காக தாங்கள் இவ்வளவு சலுகைகள் செய்து தந்- திருக்கிறீர்கள் பேச்சைத் தட்டி வேணா என்ன கூறுங்கள் அரசே நிச்சயம் நான் அதை ஏற்பேன். அது ஒன்றுமில்லை தேவி நாங்கள் ஏன் இப்படி தலைமை தாங்கக் கூடாது என்னது நானா நான் ஒரு பெண் என்னால் எப்படி அதை சரி இப்படி தலைமை தாங்க முடியும் என்று கூற உடனே ராணி கிருஷ்ணவேணியாரோ அரசே இப்பொழுது இவளோ வயிற்றில் ஒரு உயிரை சுமக்கிறார் இவளை எப்படி இப்- பொழுது தனியாளாக பெரும் படையை தலைமை தாங்கச் சொல்வது?. சற்று அமைதியாக இருங்கள் நான் இன்னும்

நான் என்ன கூற வந்தேன் என்பதனை கூறி முடிக்க-
வில்லை நான் ரவிலினை மட்டும் தனியாளாய் பெரும்
படையை தலைமை தாங்கா கூறவில்லை

எவ்ளினுக்கு துணையாக இந் நாட்டு பட்டத்து ராணி
ஆகிய கிருஷ்ணவேணி நீயும் உனக்குத் துணையாக நம்
நாட்டு மந்திரிகளும் மற்றும் எவ்ளினின் நண்பராகிய
ஜோசபின் தான் படையை தலைமை தாங்கப் போகிறீர்கள்
நான் இப்பொழுது இப்பயிற்சி மைதானத்திற்கு வந்ததன்
நோக்கம் அதுதான் அனைவரும் சென்று பயிற்சி எடுங்கள்
எப்படியாவது இப் போரில் நாம் வெற்றி பெற்றே ஆக
வேண்டும் என்று அரசர் கூற அரசரின் ஆணையை
கேட்டு அங்கிருந்த அனைவரும் திகைத்துப் போய் நின்-
றார்கள். எதற்காக இப்பொழுது மசமச என்று நின்று
கொண்டு இருக்கிறீர்கள் அனைவரும் சென்று பயிற்சியை
மேற்கொள்ளுங்கள் இன்று இரவு இரவு உணவு முடிந்த
பிறகு நாளைய பூர்வீகத்தை நான் வந்து தருகிறேன்
அதன்படியே செயல்படுங்கள். இதுவே இந்நாட்டின்
நலனைக் கருதி நான் எடுக்கும் முடிவாகும் என் கட்ட-
ளைக்கு நாட்டு நலனுக்காக நான் எந்த நிலைக்கும் செல்-
வேன். என்று அரசு கூறி அனைவரையும் பயிற்சியை
மேற்கொள்ளும் படி கட்டளையிட அனைவரும் அங்கிருந்து
சென்று ஆயுதங்களை கையில் ஏந்தியபடியே தங்களது
பயிற்சியை தொடங்கினார்கள். அரசரோ அனைவரின்
பயிற்சிகளையும் மேற்பார்வை இட்டுக் கொண்டு அங்கு
பயிற்சி கூடத்திலே அமர்ந்து இருந்தார்.

லட்சத்தீவில் இருந்து கிளம்பிய ஜோ மற்றும் நிர்மல்
கடல் சீற்றத்தின் காரணமாக அன்று காலையே கொச்சி
துறைமுகத்தை வந்தடைந்த இருக்க வேண்டியவர்கள்
அன்று மதியம் ஒரு மணிக்கு தான் கொச்சி துறைமுகத்தை
வந்தடைந்தார்கள். அக்கா நமக்கு ஏற்ற போல் இந்த
இயற்கையும் சரி பண்ணுகிறது இப்பொழுது என்ன செய்வது
நாமோ 6 மணி நேரம் தாமதமாக செல்கிறோம் சென்றுவி-
டுவோம் கவலையை விடு என்று நம்மால் முயன்ற அளவு

நம் முயற்சி செய்வோம் அனைத்தும் இறைவன் கையிலே இருக்கிறது சரி இப்போது நமக்கு இங்கு நேரமில்லை இங்-கிருந்து செல்வோம் என்று அங்கு இருந்த இரு குதிரைக-ளில் ஏறி செம்புர்வரையை மாவட்டத்தின் நோக்கி செல்லத் தொடங்கினார்கள். அவர்கள் துறைமுகத்திலிருந்து புறப்ப-டுவதற்கு முன்பாக கடலில் ஏதோ பற்றி எரிவது போல் புகை மூட்டம் சூழ்ந்து என்ன என்று தெரியாமல் புகை வந்த திசையை நோக்கியே பார்த்துக்கொண்டிருந்தான் நிர்-மல். நிர்மல் நேரம் ஆகிறதே இப்போது இங்கே என்ன செய்து கொண்டிருக்கிறாய் நாம் செல்ல வேண்டும் அல்-லவா விரைந்து வா நாம் இப்போது சென்றால் தான் நாம் நாளை காலை அங்கு சென்றடைய முடியும் நம்மி-டம் போதிய அளவு நேரமும் இல்லை என்று கூற அக்கா இருங்கள் சற்று அங்கே பாருங்கள் கடலில் ஏதோ புகை-மூட்டம் வருவது போல் இருக்கிறதே கடலில் ஏதோ விப-ரீதம் போல எனக்குத் தெரிகிறது இந்த கதிர்நிலவன் வேறு நேற்று காலை பற்ற வைத்தான் இன்று இங்கு கடலில் ஏதோ பற்றி எரிவது போல் தெரிகிறதே அவன் என்ன செய்து கொண்டிருக்கிறான் என்பதனையே நம்மால் துல்-லியமாக கணிக்க முடியவில்லை? இப்பொழுது நம்மிடம் அதற்கெல்லாம் நேரமில்லை நிர்மல் இப்பொழுது நம்மு-டைய ஒரே ஒரு நோக்கம் இளவரசியை எப்படியாவது மீட்க வேண்டும் அது மட்டும் தான் மற்றும் இளவரசியை மீட்டு உடன் நாம் அசோகன் பற்றி சிந்திக்க வேண்டும் அப்பொழுதுதான் நம்மால் இப்பிரச்சினை அனைத்திற்கும் ஒரு முடிவை கொடுக்க முடியும் என்று ஜோக் கூற இருவ-ரும் அங்கிருந்து அவர்களுடைய பயணத்தை மேற்கொள்ள தொடங்கினார்கள்.

நேரமோ மணி 6 ஆக அரசரோ அமைச்சரவையை கூட்ட உத்தரவிட்டார் அரசரின் உத்தரவின் பெயரில் அமைச்சரவை கூடியதை அந்த அமைச்சரவையில் ராணி கிருஷ்ணவேணியார், எவ்லின், ஜோசப் ஆகியோ-ரும் கூடியிருக்க அரசரோ அவைக்கு வரா. வாழ்க வாழ்க

என் நாட்டு அரசரின் புகழ் வாழ்க என்று மூத்த மந்திரி யாரோ உரக்க கூற அனைவரும் எழுந்து நின்று அரசருக்கு வருகையை தர அரசு வந்து தனது இருக்கையில் அமர்ந்து அனைவரையும் அமரும்படி கூற அனைவரும் அவர்கள் அவர்களுக்கென்று ஒதுக்கப் பட்டிருந்த அரியணையில் அமர அரசரோ இன்று இங்கே நாங்க குடியிருப்பது நோக்கமோ மாலை எப்படி நாம் என்ன செய்யப்போகிறோம் என்ற இடத்தை விட்டுத் தருகிறேன் அதன்படியே வியூகத்தை பின்பற்றினால் மட்டுமே நம்மால் இப்போரில் வெற்றி பெற முடியும் மேலும் இக்கோயில் என்னால் பங்கேற்க முடியாது ஏனெனில் நானோ! அவர்களுடைய தேசத்திற்குச் சென்று பேச்சுவார்த்தையில் ஈடுபட வேண்டும் இந்தப்போரின் வெகு நாட்கள் நீடிக்காது வழி நான்கிலிருந்து ஐந்து நாட்களுக்குள் முடிவடைய வேண்டும் அப்படி இல்லை எனில் நம்முடைய குகைக்கோயில் இருக்கவேண்டும் அப்படி இருந்தால் மட்டுமே என்னால் எதிரியிடம் நமக்கு சாதகமாகப் பேசி நாம் நம் ராஜ்யத்தை காப்பாற்ற முடியும். ஒன்று போரில் நாம் வெற்றி பெற்றே ஆகவேண்டும் இல்லையெனில் நம் கை ஓங்கி இருக்க வேண்டும் ஒரு சமயம் நிலையில் இருத்தல் வேண்டும் அப்படி ஆக இருப்பின் மட்டுமே நமக்கு எவ்விதச் சேதமுமின்றி பொருளாதாரத் தடையும் இன்றி லட்சியத்தை வழிநடத்திச் செல்ல முடியும் என்று அரசர் அவையில் இருந்த அனைவரும் அரசரின் உரை கேட்டு மௌனமாய் இருந்தார்கள். அரசரோ அனைவரும் வாருங்கள் என்று அனைவரையும் அழைத்துக் கொண்டு ஆயுதப்பயிற்சி இடத்திற்கு சென்றார் அங்கு வந்த அரசரோ அங்கு வைக்கப்பட்டிருந்த ஒரு பலகையையும் துண்டு சாக்கை எடுத்து உருவத்தை இப்பொழுது நான் வகுத்து தருகிறேன் அதன்படியே நாளைய போர் நடக்கட்டும் என்று கூறி போர் வியூகங்களை அமைக்கத் தொடங்கினார் போரின் நடுப்பகுதியில் எவ்ளின் இருக்க அவளுக்கு வலது புறம் கிருஷ்ண வேண்டியும் இடது புறம் ஜோசப்பும் மற்றும் அவளுக்கு முன்

புறம் மூத்த தலைமை அமைச்சரும் மற்றும் இவர்களுக்கு இடையில் உள்ள இடங்களில் மற்ற அமைச்சர்களும் நின்று போர் செய்ய வேண்டும் போரில் யார் யார் எந்தெந்த நிலையில் சண்டையிட வேண்டும் எந்தெந்த பகுதியில் எப்படி எப்படி சண்டையிட வேண்டும் என்பதனை எவ்-ளின் கூற அதற்கு ஏற்ற போல் அனைத்து மந்திரங்களும் தங்களது படையை நடத்திச் செல்ல வேண்டும் எவ்ளி-நிற்கு பாதுகாப்பாக மற்றும் மற்ற ஆணைகளை மந்திரிகளி-டம் கொண்டு செல்வதற்காக ராணி கிருஷ்ண வேலை-யும் மற்றும் ஜோசப்பும் இருப்பார்கள். இந்த வியூகத்தை பயன்படுத்தியே எந்தெந்த ஆயுதத்தை எப்போ பயன்ப-டுத்த வேண்டுமென்று இப்பெண்ணின் கட்டளையை அடி-பணிந்து அப்பெண்ணின் வழியே சென்றால் நிச்சயம் நம்-மால் போரில் வெற்றி பெற முடியும் அனைவரும் சென்று நன்றாக உண்டு உறங்குங்கள் என்று கூறியபடியே அக்-கூட்டத்தை கலைத்தார் அரசர்.

அரசரை கூறுவதை ஒப்புக் கொண்ட தலைமை அமைச்சர் அனைவரும் சென்ற உடன் அரசருடன் உரை-யாட சென்றார் வாருங்கள் அமைச்சரே என்னை சமயம் இங்கு வந்திருக்கிறீர்கள்? அரசே தாங்கள் எடுத்த முடிவு சரிதானா அப்பெண்ணும் பணியை சரியாக? சற்று சிரித்-தபடியே அரசரோ அதில் என்ன சந்தேகம் இருக்கிறது மந்திரியாரே படையை வழி நடத்திச் செல்வதற்கு அப்-பெண்ணை விட திறமையானவர்கள் வேறு எவரும் இல்லை. ஆம் நானும் அதை அறிவேன் அரசி ஆனால் நம் மற்ற மந்திரிகளும் பெண்ணை எப்படி நம் படைத்-தளபதியாக இயற்றி அவள் இடும் கட்டளைக்கு அடி பணிந்து நடப்பது என்று அனைவரும் ஏளனமாக பார்க்கி-றார்கள் ஒருவேளை நாளை அப்பெண்ணிடம் கட்டளைக்கு நாம் மந்திரிகள் வை நடக்காவிட்டால் போரின் நிலை-மையே தலைக்கீழாக மாறிவிடும் அல்லவா என்ன செய்-வது இன்று எனக்கு ஏதும் தெரியவில்லை அதைப் பற்றி தங்களிடம் முறையிடவே நான் இங்கு வந்தேன் ஓ அப்-

படியா வழி அதை பற்றி தங்களுக்கு ஏதும் கவலை வேண்டாம் மந்திரியாரே அதை பற்றிய முழு விவரத்தை நான் பார்த்துக்கொள்கிறேன். அப்பெண்ணைப் பார்த்தாலும் எனக்கு படையை பாதியில் விட்டு விட்டு போய் விடு-வாள் போல் எனக்குத் தெரியவில்லை அவள் இடும் கட்-டளையை மற்ற மந்திரிமார்கள் அடிபணிய விட்டாலும் நம் ஊர் படைவீரர்களும் அவளுடைய நண்பன் ஜோசப்பும் என்னுடைய மனைவி கிருஷ்ணவேணி யும் அப்பெண்ணை தான் முழுவதுமாக நம்புகிறார்கள் ஆகவே அப்பெண்ணி-டம் இப்படி வை நடத்தச் சொல்வது தான் இப்பொழுது நமக்கு சிறந்த முடிவை இதைத் தவிர வேறு எந்த முடி-வும் என்னால் இப்போதைக்கு எடுக்க இயலவில்லை மற்-றும் எப்படியாவது இப்போது இரண்டு மூன்று நாட்களுக்கு நம் கைவசம் இருந்தால் நான்காவது நாளில் நான் பேச்-சுவார்த்தையின் மூலம் இப்போரை முடிவுக்குக் கொண்டு வந்துவிடுவேன் அனைத்தும் நான் போட்ட திட்டத்தின் படி செயல்பட வேண்டும் என்று அந்த இறைவனிடத்தில் வேண்டிக் கொண்டிருக்கிறேன் தங்களுக்கு கவலை ஏதும் வேண்டாம் சென்று உறங்கு நாளை போருக்கு தயாராகுங்-கள் என்று கூற மந்திரி யாரோ அங்கிருந்து சென்றார்.

அரசரின் போர் வியூகத்தை கேட்ட எவ்வளின் தனது அறைக்கு வந்து போரை பற்றி தன்னுடைய நண்பர் ஜோசப்பிடம் உரையாடிக் கொண்டிருக்கும் பொழுது அவ்வ-ழியே சென்ற ராணி கிருஷ்ணவேணி யாரோ இருவரையும் கண்டு ஏதோ ஆழ்ந்த சிந்தனையில் இருக்கிறீர்கள் போலி-ருக்கிறது உள்ளே வரலாமா?. தாராளமாக இது தங்களு-டைய ராஜ்யம் மற்றும் இது ஒரு தங்களுக்காக அமைக்-கப்பட்ட அரண்மனை ஆகும் உங்களைத் தவிர வேறு யார் பதவிக்கு வருவதற்கு உரிமை இருக்கிறது தான் நாங்-கள் தான் உங்களிடம் அனுமதி கேட்க வேண்டும் நீங்கள் எங்களிடம் அனுமதி கேட்க வேண்டாம் அம்மா இன்று எங்களின் உழைத்துக் கொண்டிருக்கும் பொழுதே ராணி கிருஷ்ணவேணி யாரோ உள்ளே வர. என்ன தேவி அரசர்

தங்களை நம்பி தான் என் முழு போரையும் உங்களிடம் ஒப்படைத்திருக்கிறார் நாம் வெற்றி பெற்று விடுவோமா?. நிச்சயம் வெற்றி பெற்று விடுவோம் மாமா அரசர் யாரி- டமும் இப்படி ஒப்படைத்திருக்கிறார்?. தன் நாட்டிற்காக இன்னொரு நாட்டில் வீரனாக சென்று இரு நாட்டிற்கும் சம்பந்தமே இல்லாமல் இருந்த ஒரு நாட்டிற்கு மன்னரா- கிய அசோகரின் மனைவியிடத்தில் அல்லவா இப்படி ஒப்- படைத்திருக்கிறார் நிச்சயம் வெற்றி நமதே என்று ஜோசப் கூற எவ்வினோ இவர்கள் பேசுவதை எதையும் காதில் வாங்காமல் எதையோ சிந்தித்த வழியே நின்று இருந்தால் ஏதேனும் பிரச்சினையா? நாளைய போர் தொடங்க இருக்- கிறது எந்தவித பிரச்சினையாக இருப்பினும் என்னிடம் கூறுங்கள். பிரச்சினையெல்லாம் ஏதுமில்லை அம்மா அந்த கருப்பு நிற முடியைப் பற்றி தான் நினைத்துக் கொண்- டிருக்கிறேன் ஒருவேளை அவன் நாளை நம் படைக்குள் புகுந்து நம் திட்டத்தை முறியடித்து விடுவானோ என்று என் மனதில் சிறு பதற்றம். ஆம் தேவி நானும் இதே பற்றி உங்களிடம் கூற வேண்டும் என்று நினைத்தேன் நான் ஒரு திட்டத்தை வைத்திருக்கிறேன் அத்திட்டத்தின்படி அரசரின் வியூகங்களையும் நினைத்தால் நிச்சயம் வெற்றியும் நமது மற்றும் அந்த கருப்பு நிழல் முகமூடியும் கண்டுபிடித்து விடலாம் என்று ராணி கிருஷ்ணவேணி கூட அப்படியா அது என்ன திட்டம் அம்மா உடனே என்னிடம் கூறுங்- கள் என்றுஎவ்வின் கூற. சற்று அருகில் வாருங்கள் என்று மூவரும் கூடி நிற்க அத்திட்டத்தை கூறத் தொடங்கினார் ராணி கிருஷ்ணவேணி யார் அரசர் கூறியபடியே நாம் நம் வியூகத்தை பயன்படுத்தலாம் ஆனால் உன் அருகில் நான் மட்டும் இருந்தால் போதும் உன் பாதுகாப்பை நான் பார்த்- துக்கொள்கிறேன் உனது முன்புறம் பின்புறம் வலது மற்றும் இடது ஆகிய நான்கு புறத்திலும் நான் துணை நிற்கி- றேன் ஜோசப்பை அந்த கருப்பு நிழல் முகமூடியை தேடி செல்ல வேண்டும். என்ன தாயே நான் இல்லாவிட்டால் தாங்கள் தனியாக எப்படி எங்களை பாதுகாத்து நிற்பீர்-

கள். அதைப்பற்றிய கவலை தங்களுக்கு வேண்டாம் ஐயா நான் பாதுகாப்பாக பார்த்துக் கொள்கிறேன் நீங்கள் தான் சரியான ஆள் அந்த கருப்பு நிற முகமூடியை கண்டு-பிடிப்பதற்கு. அந்த முகமூடி மனிதரோ நாம் போரில்தான் கவனத்தை செலுத்துகிறோம் என்று நினைத்து அவனுடைய கவனம் முழுவதையும் இந்த ராஜ்யத்தில் அவன் எதற்காக வந்தானோ காரியத்துக்காக செயல் பட்டுக் கொண்டிருப்-பான் அப்பொழுது நீங்கள் தக்க தருணம் பார்த்து எப்ப-டியாவது அவனை கையும் களவுமாக பிடித்து விடுங்கள் ஒரே கல்லில் இரண்டு மாங்காய் போன்று ஒரே இடத்தில் நமக்கு எதிரி வெற்றிகள் கிடைத்து விடும் என்று ராணி கிருஷ்ணவேணி யார் கூற எவ்ளினோ ஆமாம் அய்யா ராணி கூறுவது சரிதான் ராணி ஒரு ஆளின் பாதுகாப்பிற்கு போதும் தாங்கள் சென்ற ஆண்டு கருப்பு நிற முகமூடியை கண்டுபிடியுங்கள் அப்பொழுதுதான் நம்மால் அனைத்திலும் வெற்றி பெற முடியும் என்று எதையும் கூற மறுப்பு ஏதும் கூறாமல் சரி என்று ஒப்புக் கொண்டான்.

மறுநாள் காலையில் கதிரவன் தனது பணிக்கு வர சங்கு முழங்கிய படியே போரின் முதல் நாள் தொடங்கியது. அன்றைய செய்தித்தாளில் வெளிவந்த செய்தியை கண்டு ஜோ மற்றும் நிர்மலா அதிர்ந்து போயிருந்தனர் ஆமா செய்தித்தாளில் குறிப்பிட்டிருந்த செய்தி யாதெனில் ஓர் ஆண்டில் இருந்து ஜெர்மன் வழியே வந்த இந்தியர்களின் கப்பல் நடுக்கடலில் விபத்து உள்பட ஜெர்மனியில் இருந்து இந்தியா வந்த ஒரு ஜெர்மன் வணிக கப்பலில் ஏறி வந்த இந்திய ஆட்களோ இந்திய பெருங்கடலில் வந்து கொண்-டிருக்கும் பொழுது கடலின் சீற்றத்தாலும் கப்பலில் உள்ள கருவிகளின் தோல்வியினால் அக்கப்பல் நடுக்கடலில் கப்-பலில் வந்த அனைத்து மக்களையும் கப்பல் படையின-ரால் மீட்க முடியாமல் பெரும்பான்மையினர் கள் அங்கேயே உயிரிழந்தார்கள் என்ற செய்தித்தாளில் வந்திருந்த ஆட்சி-யைக் கண்டு ஜோ மற்றும் நிர்மல அதிர்ந்து போய் இருக்க நிர்மல நோக்கி ஜோப்ரோ பார்த்தாயா நிர்மல நம்மை திசை

திருப்புவதற்காக அந்த கதிர்நிலவன் எவ்வாறு திட்டத்தை திட்டுகிறான் என்று ஆனால் ஒரு பொழுதும் நாம் நம் நோக்கத்திலிருந்து பின்வாங்கக் கூடாது எப்படியாவது நாம் இளவரசியை மீட்டு நம் நாட்டிற்கு கொண்டு செல்ல வேண்டும் என்று கூற இருவரும் போர்க்களத்தை நோக்கி சென்று கொண்டிருந்தார்கள்

அக்கா சங்கை முழங்கி விட்டார்கள் போலிருக்கிறது போர் தொடங்க இருக்கிறது நாம் இப்போது என்ன செய்-வது சற்று அமைதியாக இருந்திருந்தால் எனக்கு ஒன்றும் புரியவில்லை இப்பொழுது நாம் எங்கு சென்று இளவரசி-யைக் கண்டறிவது என்று இனிமேலும் சோகம் உரையாடிக் கொண்டிருக்கும் பொழுதே. குண்டு சட்டத்துடன் மணல் புழுதி பறக்க போர் தொடங்கியது. நிர்மல் இப்பொழுது போர் நடந்து கொண்டிருக்கிறது இப்போரில் அரசர் இருப்-பார் மற்றும் பகல் பொழுதில் நம்மால் இளவரசியை கண்-டறிய முடியாது இப்பொழுதே நாம் இங்கேயே கழித்துவிட்டு கதிரவன் சென்று வந்த பிறகு நாம் இளவரசியை தேடி அரண்மனைக்குள் செல்வோம். சரி அக்கா இங்கே எழு-தும் பொழுது தங்குவதற்கான இடத்தை தயார் செய்கிறேன் சென்று வந்தோம் ஓய்வெடுங்கள் என்று கூறி நிர்மலா அங்கு தங்குவதற்கான இடத்தை ஏற்பாடு செய்ய இருவரும் அங்கு தங்கள் பகல் பொழுதைக் கழிக்க தொடங்கினார். முதல் நாள் ஒரு முடிவுக்கு வர இருதரப்பினரும் சரிசம-மாக நின்றனர் தரப்பிலும் எவ்வித சேதமும் இன்றி முதல் நாள் போர் முடிவுக்கு வர அன்று சந்திரன் வருகைக்-குப் பிறகு ஜோ மற்றும் நிர்மல் எவ்ளினை தேடி அரண்-மனைக்குள் சென்றார்கள். அரண்மனையில் ஒரு போர் வீரன் போல் வேடமிட்டு இருக்கும் எவ்ளின்னை ஜோ மற்றும் நிர்மல் அரண்மனை முழுவதும் தேடியும் கண்டு-பிடிக்க முடியவில்லை சந்திரனும் மறைய விரிக்க தரு-ணத்தில் இதற்கு மேல் இருந்தால் மாட்டிக்கொள்வோம் என்று இருவரும் தங்கள் தங்கியிருந்த இடத்திற்கு வந்-தடைந்தார்கள் 7:00 ஆக போரில் இரண்டாம் நாள்

சங்கு முழங்க இருவரும் பறைகளும் மோதிக்கொண்டன முதல்நாளில் போரின் நடுநிலையை கண்ட ஆங்கிலேயப் அழகிக்கு சாதகமாக இருந்த எதிரி படையோ இன்று எப்-படியாவது போரை நம் கைக்குள் கொண்டு வரவேண்டு-மென்று அதிநவீன ஆயுதங்களை போரின் ஆரம்பத்தில் இருந்தே பயன்படுத்த தொடங்கி விட்டார்கள். நவீன ஆயு-தத்தை இரண்டாம் நாள் போரில் பயன்படுத்த மாட்டார்-கள் என்று முந்தைய நாள் போரின் அனுபவத்தின் அடிப்-படையில் நவீன ஆயுதத்தை போர்க்களத்திற்கு கொண்டு வராத எங்களின் அன்றைய போரை ஏதோ தட்டுத் தடு-மாறி எதிரியின் படைகளை மேற்கொண்டிருந்தால் ஆனால் கதிரவன் மறைவதற்கு முன்னதாகவே போரில் பெரும்பான்-மையை எதிரி நாட்டை கைப்பற்றி விட்டார்கள்.

போர்க்களத்தில் எதிரி நாட்டாரின் கை ஓங்கி இருப்-பதை அறிந்த அரசர் போர்க்களத்திற்கு வருகை தந்து போர் எப்படி வை நடத்த தெரியுமா தெரியாதா உனக்கு உன்னை நம்பி இப் பெரும் படையை உன்னிடம் கொடுத்-தது என் தப்பு தான் இதுக்கு மேல் உன்னை நம்பி பிர-யோஜனம் இல்லை நான் சமாதான பேச்சுவார்த்தைக்கு செல்கிறேன் என்று எவ்ளினின் மீதி கடிந்து கொண்டு எதிரி நாட்டின் மீது பேச்சுவார்த்தைக்கு சென்றார் அரசர். போர்க்-களத்தில் பெண்கள் அழுவது போல சத்தம் வந்தது ஒரு வேளை நாம் இளவரசி இறந்துவிட்டாலோ என்று அங்கு இறந்து கிடந்த உடல்களை அலசி ஆராய்ந்து கொண்-டிருந்தார்கள் நிர்மல் மற்றும் ஜோ. நாளை எப்படியாவது போரை நம் கை வசப்படுத்த வேண்டும் இல்லையெனில் நம் வெற்றி பெறவேண்டும் என்று நினைத்து கொண்டிருந்த எவ்ளின் ஜோசப் மற்றும் ராணி கிருஷ்ணவேணி யாரை தன் அறைக்கு அழைக்க இருவரும் அவள் அறைக்கு வர நான் கூறுவதை சற்று தெளிவாக கவனியுங்கள் நாம் போட்ட திட்டத்தை நாளையே எப்படியாவது செயல்படுத்த வேண்டும் அப்பொழுதுதான் நம்மால் இப்போரில் வெற்றி பெற முடியும் போர் வியூகத்தை மீறி நான் செயல்பட

போகிறேன் எனக்கு தெரிந்த வகையில் நான் நாளை போர் செய்யப் போகிறேன் என்னை சுற்றி ராணி கிருஷ்ண-வேணி யார் மட்டும் இருந்தால் போதும் ஜோசப் லீயோன் அந்த கருப்பு நிழல் முகமூடியை தேடிச் செல் எப்படி-யாவது நாளை போரில் நாம் வெற்றி பெற வேண்டும் என்று எவ்ளின் ஆவேசமாக இருவருக்கும் கட்டளையிட அரசரோ எதிரியிடம் பேச்சுவார்த்தைக்கு சென்று விட்டார் என்ற செய்தி அவரின் காதுக்கு வந்து சேர்ந்தது.

கதிரவன் தனது பணிக்கு வந்து தனது பணியைத் தொடங்க சங்கு முழங்க போர் ன் நான்காம் நாள் தொடங்-கியது. காலை முதல் மதியம் வரை எதிரிகளை மேலும் தங்களிடம் உள்ள ராஜ்யத்தை கைப்பற்ற வகையில் போர் செய்து கொண்டிருந்த எவ்ளினின் படையோ சற்று சோர்ந்து இருப்பதை அறிந்தால் எவ்ளின். உடனே ராணி கிருஷ்-ணவேணி யாரை அழைத்து தாயே என்னை ஆசிர்வதி-யுங்கள் இப்போரில் நான் என் முழு திறனையும் கொண்டு போர் செய்யப் போகிறேன் ஒன்று வெற்றியுடன் வருவேன் இல்லை ஏனெனில் அங்கேயே என் உயிரை துறப்பேன் என்று கூறிவிட்டு தன் தேரில் எவ்ளின் ஏரி அன்றைய போலந்து நாட்டை காப்பாற்றுவதற்காக அசோகன் பயன்ப-டுத்திய அதே உத்தியை தன் கையில் எடுத்து கையாளத் தொடங்கினாள். எவ்ளினின் வியூகத்தை சமாளிக்க முடி-யாத எதிரி படையினரோ தட்டுத்தடுமாறி தாங்கள் பிடித்து வைத்திருந்த இடத்தையும் எவ்ளினிடம் பறிகொடுக்க ரவி-ழினின் கையோ அன்றைய போரில் ஓங்கியிருந்தது. அன்-றிரவு அரண்மனையில் இருக்கும் எவ்ளினை தேடிச் செல்-லத் தயாராகிக் கொண்டிருக்கும் பொழுது ஜோவை நோக்கி ஓடி வந்த நிர்மலா அக்கா இப்போ ஒரே வழி நடத்துவது யார் என்று தங்களுக்கு தெரியுமா ஆம் அதை நான் அறிவேனே இந்த தேசத்தின் படைத்தளபதி அவரவர். இல்லை இல்லை அக்கா இப்போதே வழி நடத்திச் செல்-வது நம் இளவரசி எவ்ளின் தான் என்று கூற என்ன? இந்தப் போரை எவ்ளின் வழி நடத்திச் செல்கிறாள்?

ஆமாம் அக்கா இப்பொழுது தான் அந்த செய்தியை நான் அறிந்தேன் நிச்சயம் நம்மால் இளவரசியை காண முடி-யாது ஏனெனில் அவர் இப்பொழுது படைத்தளபதி போல் வேடமணிந்து தனிப்படையை வழி நடத்திச் செல்கிறார் அதனால் எவரும் அவர் அருகில் கூட செல்லாத வண்-ணம் அரசர் இந்நாட்டின் பாதுகாப்பை வலுப்படுத்தி உள்-ளார் என்று கூற. சரி நீர்மேல் சற்று பொறு நாளை போர் துவங்கட்டும் எப்படியாவது நாம் இளவரசிக்கு அரு-கில் சென்று நாம் நம் இளவரசியை அழைத்துக்கொண்டு என் தேசத்திற்கு சென்று விடலாம் என்று கூறி இருவரும் மறுநாளில் போருக்காக காத்துக் கொண்டிருக்க. கூடா-ரத்தில் இருந்த எவ்ளின் ராணி கிருஷ்ணவேணி யாரை நோக்கி தாயே இன்று போரில் நாமே பெரும்பான்மையை பெற்று இருக்கிறோம் நிச்சயம் நாளை நம் வசப்படும் என்று கூற தேவி அனைத்து வெற்றிகளும் தங்கள் மற்றும் தங்-களது நண்பர் ஜோசப் பையை சாரும் தங்களுக்கு நன்றி கடன்பட நாங்கள் என்றும் மறக்க மாட்டோம் என்று கூற இல்லை அம்மா இது என் தேசம் போல் கருதி தான் நான் இப்போராய தலைமை தாங்குகிறேன் என்று கூற அனை-வரும் தங்களுடைய படுக்கை அறைக்கு சென்றனர்.

கதிரவன் ஒத்தா எனது பணிக்கு வர சங்கு முழங்க போரின் நான்காம் நாள் துவங்கியது ஆரம்பத்திலிருந்தே நேற்று பயன்படுத்திய உத்தி இடையே தங்கள் படையை வழிநடத்திச் சென்ற எவ்ளின். போரின் மற்றொரு முனை-யிலோ ஜோசப் அந்த கருப்பு நிழல் முகமூடியை தனது திறமையினாலும் எவ்ளினின் திட்டத்தால் தாக்கி அவனை கையும் களவுமாக பிடித்து விட்டாள். எப்படியாவது இன்று நாம் வெற்றி பெற வேண்டும் என்று இருந்த எவ்ளின் தானாகவே ஒரு படைவீரனாக அப்போரில் சென்று எதி-ரியை படையின் தலைவனை தாக்கி அவனையும் கொன்று விட்டாள். தலைவனை இழந்த அப்படையோ தலைவன் இல்லா கப்பல் கடலில் தாத்தாலிப்பது போல் தெறித்து ஓட. தனது விரதத்திற்கு திரும்ப வந்த எவ்ளின் அரசர்

கொடுத்த வியூகத்தை பின்பற்ற அன்றைய பொழுது போர் முடிவுக்கு வர எவ்ளின் போரில் வெற்றிபெற்றால். அன்றைய இரவு யார் அந்த கருப்பு முகமூடி மனிதன் அவன் எதற்காக இங்கு வந்திருக்கிறான் இந்த ராஜ்யத்தில் அவன் என்ன செய்து கொண்டிருக்கிறான் இனிமேலும் எதற்காக என்னை பின் தொடர்ந்து வருகிறான் என்பதை அறிய காத்திருந்த அந்த கருப்பு நிழல் முகமூடி மனிதரிடம் இருந்த பொருட்களை நோட்டமிட்டாள். அதிலும் அவன் ஒரு தூது வந்த காகிதம் வைத்திருப்பதை கண்டு எவ்ளின் என்ன காகிதம் அது என்று எடுத்துப் பார்த்தாள். அக் காகிதத்தில் குறிப்பிட்டு இருந்ததோ ஜோ இப்பொழுது எனது கட்டுப்பாட்டில் இல்லை நாம் யார் என்பதை அறிந்து விட்டால் இப்போது நிச்சயம் அவர்களுடைய தேசத்திற்கு சென்று இருக்க வேண்டும் இதுவே நான் எழுதும் கடைசிக் கடிதம் ஆக இருக்கும் மற்றும் எவ்ளினின் கதையை நீ பார்த்துக்கொள் இதற்கு மேல் என்னிடம் இருந்து பதில் எதையும் எதிர்பார்க்காதே நீயும் பதில் எதையும் எனக்கு எழுதாதே ஜோ இங்கு எண்ணெய் கண்காணிப்பதற்காக வே யாரையாவது விட்டுவிட்டு சென்று இருக்கிறாளா என்று எனக்கு சந்தேகம் இருக்கிறது. என்று குறிப்பிட்டு இருந்த அந்த ஓலையைப் படித்த அவளோ அதிர்ந்து போய் நின்றால் என்ன ஜோ என் தேசத்திற்கு சென்று விட்டாளா அவசரமாக நாமும் அங்கே செல்ல வேண்டும் அப்பொழுதுதான் என் கணவரையும் பார்க்க முடியும் பார்க்க முடியும் என்று தனக்குள்ளேயே முணுமுணுத்துக் கொண்டு நடந்ததை ஜோசப்பிடம் கூற இருவரும் அந்நாட்டு ராணி கிருஷ்ணவேணி யாரிடம் முறையிட்டார்கள். ராணி கிருஷ்ணவேணி யாரோ எவ்ளின் கூறியதைக் கேட்டு சரி தேவி இன்றைய இரவு மட்டும் இங்கே பொறுத்துக்கொள்ளுங்கள் நாளை விடிந்தவுடன் நாங்கள் உங்களுக்கு என்ன உதவி செய்ய முடியுமோ அதை செய்து ராஜமரியாதையுடன் இங்கிருந்து உங்களை அனுப்பி வைக்கிறோம் மேலும் இதைப் பற்றி நான் அரசரிடம் முறையிட

வேண்டும் என்று கூற எவ்ளின் மற்றும் ஜோசப் அங்கி-
ருந்து புறப்படுவதற்கான துணிமணிகளை எடுத்து வைத்து
விட்டு அன்று இரவு அங்கேயே கழித்தார்கள்.

மறுநாள் காலை அரசவை கூட அரசவையில் எவ்-
ளினுக்கு ராஜமரியாதையுடன் பரிசுகளை வழங்கி கொண்-
டிருந்தார் அரசர் உடனே எவ்ளினோ அரிசியை நான்
ஒன்றைக் கூறினால் அதை ஏற்றுக்கொள்வீர்களா என்
ஆம் கூறுங்கள் தேவி தாங்கள் நாட்டிற்காக எவ்வளவோ
தியாகத்தை செய்திருக்கிறீர்கள் தங்களுக்காக நான் செய்ய
மாட்டேனா என்ன என்ன வேண்டும் என்று தயங்காமல்
கூறுங்கள். நான் என் தேசத்திற்கு செல்ல வேண்டும்
அரசே அதற்கான ஏற்பாடுகளை தாங்கள் செய்து தரு-
வீர்களா என்ன தேவியை இன்றே செல்லவேண்டுமா சற்று
பொருங்கள் ஏன் இப்பொழுது நீங்களோ வாயும் வயிறும்
வேறு இருக்கிறேன் இந்த நேரத்தில் பயணத்தை மேற்-
கொள்ள வேண்டுமா அதுவும் கடலில் பயணத்தை மேற்-
கொள்ள வேண்டுமா?. ஆம் அரசே என் நிலைமையை
சற்று புரிந்து கொள்ளுங்கள் ஏன் எனக்கு துணையாக
இதோ எனது நண்பர் ஆகிய ஜோசப் இருக்கிறார் அவர்
போதும் என்னை பார்த்துக் கொள்ள. சரி தேவி தாங்-
கள் விருப்பும் படியே இன்று மாலை தாங்கள் உங்களு-
டைய தேசத்திற்கு புறப்படுவதற்கான அனைத்து ஏற்பாடு-
களையும் செய்து இன்று மாலையே இங்கிருந்து உங்கள்
தேசத்தை நோக்கி கப்பல் செல்லும்படி ஏற்பாடுகளை நான்
செய்து தருகிறேன் என்று அரசர் கூற அன்றிய மாலையோ
எவ்ளின் ஜோசப் மற்றும் அவர்களுக்கு துணையாக சில
மாலுமிகளும் போலந்தை நோக்கி தங்களை கப்பலில் ஏறி
புறப்பட தயாரானார்கள் உடனே ஒரு வீரர் அரசரை
பார்த்து அரசை தங்களுக்காக ஏதோ ஒரு தூது வந்திருக்-
கிறது அது வேற எதுவும் ஆக இருக்காது போரில் நாம்
வெற்றி பெற்றுவிட்டோம் அல்லவா அதற்கான வாழ்த்-
துக்கள் ஆபத்தானது இருக்கும் நான் காலை வந்து
அதை பார்க்கிறேன் என்று கூறிவிட்டு அனைவரையும் வழி

அனுப்பினார் அரசர்.

காட்டில் தங்கி இருந்ததை நிர்மலா அரசரிடம் இருந்து பதில் ஏதும் வரவில்லையே அக்கா இப்போது என்ன செய்வது என்று கேட்க ஜோப்ளோ வேறு வழியேதும் இல்லை இனிமேல் நாளை விடியட்டும் நாம் நேராகவே சென்று அரசரை சந்திக்கலாம் எப்படியோ நாம் நாளை நம் இளவரசியை பார்த்து விடுவோம் என்று கூறி இருவரும் அன்றைய இரவை அந்த வனத்தில் தங்கியிருந்தார்கள். மறுநாள் காலையோ விடிந்தவுடன் அரசரை சந்திப்பதற்காக அரசவைக்கு வந்த ஜோ மற்றும் நிர்மல் அரசனை நோக்கி அரசே இங்கு வந்திருந்த அவர் எங்கள் தேசத்தின் இளவரசி ஆவார் அவரை நாங்கள் காணலாம் என்று ஜோ முறையிட இதைக்கேட்ட அரசரோ எனது எவ்ளின் உங்களுடைய இளவரசியா? உங்களைத் தேடி தானே நேற்று இரவு இங்கிருந்து அவருடைய தேசத்தை நோக்கி நான் வழியனுப்பி வைத்தேன் முன்னதாகவே இந்த அரண்மனைக்கு வந்து இதைப் பற்றி முறையிட்டு இருக்கலாம் அல்லவா? உடனே நிர்மலா அரசு நேற்று மாலையே நாங்கள் உங்களுக்கு தூது அனுப்பினார் என்று கூற ஆம் தூது வந்தது அதை நீங்கள் அனுப்பவில்லை ஏதோ நண்பர் நாட்டிலிருந்து வெற்றிக்காக அனுப்பிய வாழ்த்துகள் என்று நினைத்தேன் அது தாங்கள் அனுப்பியது என்று எனக்கு தோன்றவில்லை நானும் அதை பார்க்கவில்லை என்று கூறிக்கொண்டிருக்கும் போதே அவர்களின் பேச்சில் குறித்து நமக்கு நேரம் ஏதும் இல்லை நாம் நம் இளவரசியை தேடி செல்ல வேண்டும் மேலும் இங்கிருந்து செல்வதற்காக ஒரு படகினை ஏற்பாடு செய் என்று கூற அரசரோ படகு படகு வேண்டாம் என்னிடமோ கப்பலை இருக்கிறது அதைக் கொண்டு செல்லுங்கள் என்று கூற. இருவரும் அக்கப்பலில் ஏறி இங்கிலாந்தை நோக்கி சென்றார்கள்.

எவ்ளின் போலந்தை வந்தடைய எவ்வளவு வருகைக்காக அங்கு காத்திருந்த அந்நாட்டு மக்களை வாழ்க வாழ்க நாட்டு பட்டத்து ராணி எவ்ளின் என்றும் அழியா

புகழ் பெற்று வாழ்க என்று விண்ணை எட்டும் அளவிற்கு உற்சாகத்துடன் வாழ்த்தி கொண்டிருந்தார்கள் ஆனால். எவ்விளினோ நான் இங்கு வந்ததன் நோக்கமே வேறு ஆனால் மக்களோ நான் இங்கே ராணியாக வந்திருக்கி-றேன் என்று அல்லவா கோஷமிட்டு கொண்டிருக்கிறார்கள் என்று மனதில் எண்ணிய படியே மக்களுடன் உரையாற்ற தொடங்கினாள். அமைதியாக இருங்கள் மேலும் வேறு ஒரு நாட்டு பெண்ணாகிய என்னை உங்கள் நாட்டு ராணி ஆக்கி என்னை உங்கள் வீட்டு பெண் போல் கொண்டா-டுவதற்கு நன்றி மேலும் ஒரு சிறு காரணங்களினால் என் கணவர் வேறு நாட்டிற்கு சென்று இருக்கிறார் அவர் இங்கு வரும் வரை இந்த அரியணையில் நான் அமராமல் இந்-நாட்டின் ராஜ்யத்தை நாட்டின் படைத் தளபதியிடம் ஒப்ப-டைக்கிறேன் என்று கூறி தனக்கு என ஒதுக்கப்பட்டிருந்த மாளிகைக்கு வந்தால் மாளிகைக்கு வந்தவுடன் ஜோசப்பை அழைத்து இந்நாட்டு படைத் தளபதியை நாம் சந்திக்க வேண்டும் என்னுடைய கணவர் மற்றும் ஜோ எங்கு இருக்-கிறார் என்று அவரிடம் விசாரித்தால் தெரியும் என்று கூற அந்நாட்டு படைத்தளபதி ஓர் அறைக்கு வந்து வாழ்க வாழ்க நாட்டு ராணி என்றும் வாழ்க என்று கூற. தளப-தியாரே என் அய்யன் எங்கே இப்பொழுது அவர் எங்கே இருக்கிறார் மற்றும் ஜோ இங்கு வந்தாளா? பேபி தங்-களை ஜெர்மனியிலிருந்து அவர் பிறந்து வாழ்ந்த அவரு-டைய தாயகம் செல்ல கூறினார் அல்லவா கூறிய மறு-நாளே நாங்கள் போரில் வெற்றி பெற்ற பிறகு உங்கள் தாயிடம் இருந்து அரசியலுக்கு ஒரு கடிதம் வந்தது அக்க-டிதத்தில் குறிப்பிட்டிருந்ததை நானறியேன் ஆனால் அக்க-டிதம் வந்த அரசர் இங்கிருந்து புறப்பட தயாராகி விட்டார் ஒரு சில காரணங்களினால் அவரின் மறு நாள் காலை இங்கிருந்து புறப்பட்டார் அவர் திரும்ப இங்கு வரவில்லை அவர் உங்களுடன் அல்லவா இருக்கிறார் என்று நான் எண்ணிக் கொண்டிருந்தேன் மேலும் இங்கிருந்து அவர் சென்றவுடன் ஜெர்மன் நாட்டில் தங்களுக்கு உதவி செய்-

வதுபோல் இருந்த அந்த நாட்டு மன்னரும் தேசத்து-
டன் இணைந்து நமக்கு எதிராக நிறைய சதித்திட்டங்களை
புரிந்து கொண்டிருக்கிறார்கள் ஆனால் இதைப் பற்றி நம்
மக்கள் எவருக்கும் தெரியாது நாங்கள் எங்கள் மந்திரி
கூட பேசிக்கொண்டு எப்படியோ சமாளித்து கொண்டிருக்கி-
றோம் தாங்கள் தான் இப்பொழுது வந்து விட்டீர்களே தாங்-
களால் தான் இப்பொழுது இந்த பிரச்சினைகளுக்கெல்லாம்
முடிவு தரக் கூடும் என்று கூற. ஜோசப் ஓ ஆமாம் தேவி
தாங்கள் ஒரு ராஜா குடும்பத்தில் பிறந்து வளர்ந்தவர்கள்
மேலும் என் தாயகத்திலும் எவர் என்றே தெரியாத ஒருவ-
ருக்கு உதவி செய்து போரை வெற்றி காண்பித்த வீரமங்-
கையர். தாங்கள் தான் இதற்கு ஒரு முடிவை கூறவேண்-
டும்.

என்ன என் கணவர் இங்கிலாந்திற்கு சென்றாரா?
ஆமாம் தேவி என்று படைத் தளபதியும் கூற சரி இப்-
பொழுது இந்த நாட்டில் நிகழும் பிரச்சினைகளைப் பற்றி
மக்களிடம் கூறாதீர்கள் இதற்கு ஒரு உகந்த தீர்ப்பினை
நான் அளிக்கிறேன் என்று கூற படைத்தளபதி யாரோ
அவ்விடத்தை விட்டு செல்ல எவ்ளின் ஜோசப்பை நோக்கி
இப்பொழுது என்ன செய்வது என்று எனக்கு ஒன்றுமே
புரியவில்லை ஐயா என் கணவர் இங்கும் இல்லை அங்-
கும் வரவில்லை என்றால் என்ன செய்து கொண்டிருப்-
பார் இங்கிலாந்திற்குச் சென்றார் என்றால் இவ்வளவு கால-
மாக அவர் அங்கேயே இருக்கிறார் எனக்கு ஏதும் சரி
படவில்லையே?. தேவி அலசி ஆராயாமல் எதையும் எடை
போடாதீர்கள் மற்றும் இப்பொழுது மற்ற தேசத்தின் இந்த
தேசத்திற்கு ஆபத்து நேரக்கூடும் முதலில் நாம் இந்த
தேசத்தில் இருக்கும் மக்களை பாதுகாப்பாக இருக்க வைத்-
தல் வேண்டும் அதற்கு முதலில் ஒரு வழியை செய்து
விட்டு அதன் பிறகு இங்கிருந்து செல்லலாம் ஆம் அது-
வும் சரிதான் ஐயா ஆனால் இந்த ஜோ எங்கே சென்றால்
அவளையும் என்னால் எப்படி கண்டு பிடிக்கப் போகிறேன்
என்று எனக்கு எதுவும் தெரியவில்லை என்று கூற ஜோசப்

என்னிடம் ஒரு செய்தி இருக்கிறது தாய. என்ன திட்டம் அது கூறுங்கள் கூறுங்கள் தாயே நாம் ஏன் நாம் வெற்றி பெற்றதன் காரணமாக ஒரு வெற்றி விழாவிற்கு ஏற்பாடு செய்யக் கூடாது என்ன கூறுகிறீர்கள் ஐயா இச்சமயத்தில் வெற்றிவிழா ஆமாம் தேவி நாம் வெளிப்படையாகத் தான் வெற்றி விழாவை அமைக்கிறோம் ஆனால் உள்ளுக்குள் இருப்பது வேறு ஒரு திட்டம் வெற்றி விழாவிற்காக அனைத்து தேசத்தில் இருக்கும் ராஜ குடும்பத்தினருக்கு நாம் வெற்றி விழாவில் கலந்து கொள்ளுமாறு தூது ஒன்றினை அனுப்புங்கள் அனைத்து தேசத்தில் இருக்கும் ராஜ குடும்பத்தினர் நம் தேசத்தில் நடக்கும் வெற்றி விழாவில் கலந்து கொள்வதற்காக இங்கு வருவார்கள் அட் சமயத்தைப் பயன்படுத்தி நாம் அவர்கள் தேசத்திற்குச் சென்று அங்கு என்ன நடந்திருக்கிறது என்பதை விசாரித்தால் தங்கள் கணவர் மற்றும் கண்டுபிடிக்க முடியும் என்று கூற. ஆமாம் அய்யா எதுவும் சரியாக யோசனையாக தான் இருக்கிறது என்றால் எவ்ளின்.

இதோ மற்றும் நிர்மலா அன்றைய மாலை இங்கிலாந்தை வந்தடைந்தார்கள் இங்கிலாந்து இங்கிலாந்து ராணியின் ஆட்சியும் நடக்கவில்லை அவரின் ஆட்சிக்கு மாறாக அங்கோ. எவ்ளினின் தங்கையாகிய ப்ரிண்சியின் ஆட்சி நடந்து கொண்டிருக்கிறது. நாம் இளவரசி அல்லவா தேடிவந்தோம் இதுவரை சிவா இங்கு இல்லையா இன்று அரண்மனை முழுவதையும் அன்றைய இரவு ஆராய்ந்தார்கள் அதில் அவர்களுக்கு தெரிய வந்த செய்தி யாதெனில் இந்நாட்டு ராணி இறந்துவிட்டார் அவளுக்கு பிறகு இந்நாட்டை ஏற்றுக்கொள்ளும் பொறுப்பில் இருந்த எவ்ளினோ இல்லாத காரணத்தினால் அவருடைய தங்கை பிரிந்து இன் நாட்டின் அரசியாக நியமனம் செய்து விட்டார் மற்றும் ராணி இறந்ததன் காரணமோ அண்டைய நாட்டு பழைய இடுப்புகளும் பொருளாதாரத் தாக்கம் என்று அவர்களுக்கு அறிய வர. இருவரும் இதைப்பற்றி உறுதி செய்து கொள்வதற்காக அரண்மனையின் பின்புறம் உள்ள

நுழைவு வாயிலில் காவலுக்கு நின்று கொண்டிருந்த காவலாளியிடம் இதைப்பற்றி வினவிக் கொண்டு இருந்தார்கள் அந்த காவலாளி ஆமாம் தானே நீங்கள் கூறுவது சரிதான் இந்நாட்டில் ராணி இறந்ததற்கு பின் ஏதோ மர்மம் இருக்கிறது போலிருக்கிறது மற்றும் இப்போது ராணியாக இருக்கும் பிரிஞ்சி இன் நாட்டின் பொருளாதாரத்தை மிகவும் தாழ்ந்த நிலைக்குக் கொண்டு சென்றுவிட்டார் அதற்கு காரணமோ ஜெர்மன் நாட்டை சார்ந்த அவருடைய கணவர் ஆவார். அதுமட்டுமின்றி அமைச்சரவையில் அமைச்சர்களுக்கு உள்ளாரே இந்நாட்டை எப்படியாவது அவர்கள் கைப்பற்ற வேண்டும் என்று உள்நாட்டுக் கலவரத்தை தூண்டி விட்டுக் கொண்டிருக்கிறார்கள் என்று அவர்கள் பேசிக்கொண்டிருக்கும் பொழுது அந்த வழியை யாரோ வருவதை அறிந்த ஜோ மற்றும் நிர்மல் அங்கு இருந்த இரு குதிரைகளில் ஏறி காட்டிற்குள் செல்லத் தொடங்கினார்கள். ஜோ மற்றும் சிவாவுடன் யாரோ ஒருவன் இருப்பதனை கண்டறிந்த கதிர்நிலவன் ஓ அங்கே விரைந்து வந்து அந்தக் காவலாளியை பிடித்து விசாரணைக்கு அழைத்துவந்து விசாரித்ததில் அந்த காவலாளி இங்கு வந்ததாகவும் ஜோவின் உடன் ஒரு இளைஞன் ஒருவன் இருக்கிறான் என்றும் அவன் கூற. ஜஂன் இப்பொழுது போல இருந்திருக்கு தான் செல்வாள் என்பதை அறிந்துகொண்ட கதிர்நிலவன் இரு நாடுகளுக்கும் இடையில் இருக்கும் ஜெர்மனியில் ஆட்களை வைத்து எப்படியாவது மற்றும் அவனுடன் இருக்கும் அந்த இளைஞனைப் பிடித்து விட வேண்டும் என்ற எண்ணத்தில் ஒரு சரி செயலை தீட்டிக் கொண்டு இருந்தான்.

ஒராண்டில் மறுநாள் காலையில் அமைச்சரவைக்கு வந்த அந்நாட்டு ராணி எஂளின் அமைச்சரே போல் தான் நாம் வெற்றி பெற்றுவிட்டோம் நாட்டில் அமைதி திரும்பிவிட்டது இந்த வெற்றியை நாம் கொண்டாட வேண்டும் இதற்காக நாம் ஒரு தேதியை நிர்ணயித்து அச்செய்தியில் அண்டை தேசத்து ராஜ வம்சத்து அவருக்கு

அழைப்பு விடுங்கள் என்று கூற அங்கிருந்த மந்திரியோ என்ன தேவி நீங்கள் செய்யும் காரியம் சரிதானா அவர்-களோ நம்மை எப்படியாவது அடக்கி நம் தேசத்தை கைப்-பற்றிவிட வேண்டும் என்ற எண்ணத்தில் இருக்கிறார்கள். அமைச்சரின் கேள்விக்கு பதில் கூறிய ஜோசப் ராணி-யின் கூற்றை ஏற்றுக் கொள்ளுங்கள் அதில் ஒரு நற்-செய்தி இருக்கிறது அது இறுதியில் உங்களுக்கு தெரிய வரும் என்று கூற அனைத்து அமைச்சர்களும் ராணியின் செயலை ஏற்றுக்கொள்ள நாளைக் கழித்து மறுநாளோ வெற்றிவிழா கொண்டாடுவதற்கு அந்த தேசத்தில் ஏற்பாடு-கள் செய்யும்படி ராணி உத்தரவிட அதன் பெயரில் அந்த தேசமே கோலத்தில் தேவலோகம் போல் காட்சியளித்துக் கொண்டிருந்தது. நாளை விடிந்தால் வெற்றி விழா இன்று இரவு மூத்த படைத்தளபதி அவரை அழைத்த ராணியோ தளபதிகளிடம் திட்டத்தைப் பற்றி முறையிட தளபதி யாரோ அதை ஒப்புக்கொண்டு. தாங்கள் தனியாளாக சென்று எப்-படி அனைத்து புதிர்களையும் கண்டறிவீர்கள் உங்களு-டன் வருகிறேன் என்று கூற வேண்டாம். தளபதியாரே என்னிடமோ ஜோசப் இருக்கிறார் அவர் ஒரு ஆள் போதும். இருந்தாலும் தேவி அவரோ வேறு ஒரு தேசத்-தில் இருந்து வந்தவர் இங்கேயே இருக்கும் சூழ்நிலைக்-கேற்ப அவரால் செயல்பட முடியாது நான் சொல்வதை கேளுங்கள் நானும் உங்களுடன் வருகிறேன் என்று கூற ராணியோ அவர் கூறியதை ஏற்றுக் கொண்டு அனைத்து தேசத்திலிருந்து ராஜ வம்சத்தினர் ஓராண்டிற்கு வந்தடைந்-தவுடன் ராணி ஜோசப் மற்றும் படைத்தளபதியாக மூவ-ரும். இங்கிலாந்தை நோக்கி செல்லத் தொடங்கினார்கள் அப்பொழுது அவர்களுடைய கப்பலை நோக்கி பருந்து ஒன்று தூதனை கொண்டு வந்தது அதில் குறிப்பிட்டி-ருந்த செய்தியாவது உங்களுடைய ஜோ மற்றும் அவளு-டன் இருந்த ஒரு இளைஞன் எங்கள் தேசத்தில் தான் இப்பொழுது கைதியாக சிறை பிடித்து வைத்திருக்கிறோம். தாங்கள் மட்டும் தங்களது கணவர் வந்தால் மட்டுமே நான்

அவனை விடுவிப்போம் என்று அக்கடிதத்தில் குறிப்பிட்டி-ருந்ததை கண்ட எவ்ளின் அதைப்பற்றி படைத் தளபதி-யிடம் கூற படைத் தளபதியும் சரி நான் சென்று ஜோ வை மீட்டு வருகிறேன் நீங்கள் மற்றும் ஜோசப் இருவரும் இங்கிலாந்துக்கு செல்லுங்கள் என்று கூற ஜோசப் வேண்-டாம் தளபதியாரே அனைவரும் சென்று ஜோவை மீட்டுக் கொண்டு வருவோம் இளவரசியை கப்பலிலேயே இருக்கட்-டும் அதுதான் அவருக்கு இப்போது தேவை என்று கூற சரி வாருங்கள் என்று கப்பலை ஜெர்மனியின் நோக்கி செலுத்தக் அப்போலோ ஜெர்மன் துறைமுகத்தை வந்த-டைந்த உடன் ஜோசப் மற்றும் படைத்தளபதி யாரோ ஒரு சராசரி போர் வீரன் போல் வேடத்தை அணிந்து கொண்டு. அரசர் அசோகர் ஜோவை காப்பாற்றுவதற்காக பயன்படுத்-திய அதே உத்தியை இப்பொழுது ஜோவை ஜெர்மனியிலி-ருந்து காப்பாற்றுவதற்காக கையாண்டார்கள்.

ஜெர்மன் நாட்டின் பாதாளச் சிறைக்குள் சென்ற ஜோசப் மற்றும் போலந்தின் படைத்தளபதி ஆகியோர் தங்கள் முகத்திரையை அகற்றி ஜோவின் முன்னிலையில் நிற்க ஜோமோ இருவரும் யார் என்று அறியாமல் யார் நீங்கள் எதற்காக இங்கே வந்தீர்கள் எங்களை என்ன செய்யப் போகிறீர்கள் என்று கேள்வி மேல் கேள்வியாக கேட்டு கொண்டு இருந்த போது எவ்ளின் கொடுத்தா அந்த கடி-தத்தை ஜோதிடம் கொடுக்க. யூ இளவரசி அனுப்பியிருக்-கலாம் என்று புரிந்துகொண்டு இருவர் களுடன் செல்லத் தொடங்கினாள். எப்படியோ ஜோ மற்றும் நிர்மலா அந்த சிறையிலிருந்து அழைத்துக்கொண்டு துறைமுகத்திற்கு வந்த ஜோசப் அனைவரையும் கப்பலில் ஏற்றிக்கொண்டு இங்-கிலாந்தை நோக்கி செல்லத் தொடங்கினார்கள். கப்பலோ இங்கிலாந்து துறைமுகத்தை வந்து அடைந்த உடன் எவ்-ளினுக்கு பிரசவ வலி ஏற்பட. ஜோ இப்பொழுது இளவர-சிக்கு பிரசவ வலி ஏற்பட்டு இருக்கிறது இவர்களால் இப்-பொழுது எந்த வித காரியத்தையும் செய்ய இயலாது நான் இவரை அழைத்துக் கொண்டு வானத்தில் ஒரு பாதுகாப்-

பான இடத்திற்குச் சென்று இருக்கிறேன் தாங்கள் அனை-வரும் நகருக்குள் சென்று அரண்மனையில் என்ன நடக்-கிறது என்பதனை அறிந்து அரசரை மீட்டுக் கொண்டு வாருங்கள் என்று கூற அனைவரும் அரண்மனையை நோக்கிச் செல்ல அவளை அழைத்துக் கொண்டு அந்த அந்த நகரத்தில் இருந்த ஒரு வனத்தில் எவ்ளின் மற்றும் அசோகன் எங்கு சந்தித்தார் களோ அந்த இடத்திற்கே அழைத்து வந்து மரத்தின் அடியில் எவ்ளினை ஓய்வெடுக்க வைத்தாள். பிரசவ வலியில் எவ்ளின் துடித்து இக் கொண்டு இருக்கும் போது அவ்வழியே யாரோ குதிரையில் வருவது போல் சத்தம் வர ஜோ அவனை அங்கிருந்த ஒரு பாழடைந்த குடிசைக்குள் அழைத்துச் சென்று அமர வைத்தார்.

அந்த குதிரை ஓடும் சத்தமும் அவர்களை நோக்கி வருவது போல் இருந்தது சட்டென்று அந்த குதிரை ஓடும் சத்தமும் நின்று விட்டது என்ன நடக்கிறது என்று இதற்கு ஒன்றுமே புரியவில்லை சற்று வெளியே எட்டிப் பார்த்-தால் யாரோ அவன் கையை பிடித்து இழுப்பது போல் இருக்கிறது யார் அங்கே யாராவது காப்பாற்றுங்கள் என்று பத்து அதற்குள்ளாகவே அவனுடைய கையின் வாயை அடைத்தது அவன் அவனது முகத்திரையை அகற்றக் அவனைப் பார்த்து அப்படியே எழுந்து நின்றால் ஜோ ஆம் அது வேரு யாருமின்றி அசோகன். பிரபு தாங்களா இந்த வாழ்க்கையில் எங்கே என்ன செய்து கொண்டு இருக்கி-நீர்கள்? ராஜ்யத்தை விட்டு விட்டு எதற்காக இங்கு இப்-படி மறைந்துவாழ்கிறீர்கள்? நீங்கள் போலந்தில் இருக்கிறீர்-கள் என்று உங்கள் சகியே அங்கே சென்றால்? நானும் இங்கிருந்து சென்றேன் ஆனால் நீங்கள் இங்கே என்ன செய்து கொண்டிருக்கிறீர்கள்? என்று கேள்வி மேல் கேள்வி வைக்க சற்று பொறுமையாக இரு ஜோ என்று அசோகன் கூற தொடங்கும் முன்னே எவ்ளினோ வலிமிகு மையால் உள்ளே கதறிக் கொண்டிருந்தாள் சற்றுப் பொறுங்கள் என்று உள்ளே சென்ற ஜோ சிறிது நேரம் கழித்து ஒரு

ஆண் குழந்தையுடன் வெளியே வர யாருடைய குழந்தை இது என்று அசோகன் விலகுவதற்கு முன்பாகவே அய்யனே தங்களுக்குப் பிறந்த இளவரசன் அவன் இவன் என்று கூற அசோகனின் கண்களில் இருந்து மளமளவென கண்ணீர் அருவிபோல் கொட்டத் தொடங்கின. தனது மகனை கையில் ஏந்தியபடியே உள்ளே வந்து தன் மனைவியை பார்த்த அசோகனும் வேண்டாம் வேண்டாம் எனக்கு இந்த ராஜ்ஜியம் வேண்டாம் அரச பதவி வேண்டாம் பேரும் புகழும் ஒரு பொழுதும் வேண்டாம் ஒரு சராசரி மனிதன் ஆகவே நான் வாழ்ந்து என் காலத்தைக் கழித்து விடுகிறேன் என்னையும் என் குடும்பத்தையும் விட்டால் போதும் என்று கண் கலங்கிய படியே தன் மனைவி எவ்ளினை கட்டித் தழுவினான்.

அசோகனின் வாயிலிருந்து வந்த வார்த்தைகளை கண்டு ஜோ மற்றும் எவ்ளின் திகைத்துப் போய் நிற்க எவ்ளினோ ஐயனே எதற்காக இப்படி கூறுகிறீர்கள் தங்களுக்கு என்ன நேர்ந்தது என்னிடம் தெளிவாக கூறுங்கள் தங்கள் எதைப்பற்றி கூற வருகிறீர்கள் என்று எனக்கு ஏதும் புரியவில்லை என்று கூற சற்று பொறுமையாக இரு எவ்ளின் இப்பொழுதோ நீயோ குழந்தையை ஏற்ற பெண்ணாக சற்று நேரம் பொறுமையாக இரு எதைப்பற்றியும் யோசிக்காதே சற்று உறங்கு என்று அவளை உறங்க வைத்த படியே அன்றைய இரவை அந்த வனத்திலேயே மூவரும் கழிக்க அரண்மனைக்குச் சென்றவர்கள் திரும்பி வரவில்லை மறுநாள் காலையிலோ. அந்த வனத்தின் வழியே இரு துறவிகள் செல்வதை கண்ட அசோகன் ராஜ்யத்தில் என்ன நடக்கிறது என்பதை விட அந்த இரு துறவிகளும் யாரோ மூவர் வேறு ஒரு ராஜ்யத்திலிருந்து இந்த ராஜ்யத்தில் என்ன நடக்கிறது மற்றும் ராணியார் எப்படி இறந்தார் என்று அறிய இங்கே வந்தார்கள் போல் இருக்கிறது இந்த ராஜ்ஜியத்தில் இருக்கும் ராணியோ அவர்கள் மூவரையும் பிடித்து நேற்று கடுங்காவல் வைத்து இன்று மரண தண்டனை விதிக்க உள்ளார்கள் என்று கூறுவதை கூடாரத்-

திற்கு வெளியே நின்றிருந்த ஜோ கேட்டு என்ன நடக்கிறது என்று என்னிடம் ஆவது தெளிவாகக் கூறுங்கள் என்று கேட்க கூடாரத்திற்கு உள்ளே வந்த அசோகனும் என்னைப் பார்த்து இப்போது நமக்குப் போதிய அளவு நேர- மில்லை வாருங்கள் இங்கிருந்து புறப்படலாம் என்று கூற. ஐயனே என்ன நடக்கிறது என்னுடைய தாயை உங்களை அழைத்ததாக இன்னும் படைத்தளபதி யார் கூறினார் நீங்- கள் என் தாயை சந்தித்தீர்களா என் தாய்க்கு என்ன- வாயிற்று. என்று இருவரும் உரையாடிக் கொண்டிருக்கும் போதே உள்ளே வந்த ஜோ தேவி நம் படைத்தளபதி நிர்- மல் மற்றும் ஜோஸப் அரண்மனைக்கு சென்றார்கள் அல்- லவா அவர்களை இன்று தூக்கிலிடப் போகிறார்கள் என்று கூற எவ்ளோ கண் கலங்கி நின்றாள். அயனி தங்களால் மட்டுமே எனக்குத் தெளிவான பதிலை கூற முடியும் என்ன நடக்கிறது இப்போது என்ன நடந்துகொண்டிருக்கிறது என்று என்னிடம் சற்று தெளிவாகத்தான் கூறுங்களேன்? இன்று இதோ மற்றும் அசோகனின் மனைவி எவ்ளின் கேள்வி- மேல் கேட்க நடந்ததைக் கூறுகிறான் சற்று பொறுமையாக கேளுங்கள் என்றான் அசோகன்.

ஆம் போரில் நாம் வெற்றி பெற்ற பிறகு இந்த ராஜ்- யத்திற்கு உங்களை அழைத்துக் கொண்டு வர வேண்டு- மென்று நான் அங்கிருந்து ஜெர்மனி நோக்கி புறப்பட தயா- ரானேன் ஆனால் அன்று உன் தாயிடமிருந்து எனக்கு வந்த செய்தியோ என்னை மன்னித்துவிடுங்கள் தங்களை தவறாக எண்ணி விட்டேன் மேலும் என் மகளை நான் பார்க்க வேண்டும் இப்பொழுது எங்கள் ராஜ்யமும் ஆபத்- தில் இருக்கிறது சற்று விரிந்து எங்கள் ராஜ்ஜியத்திற்கு வாருங்கள் என்று அக்கடிதத்தில் குறிப்பிட்டிருந்தார் அக்க- டிதத்தை கண்ட நானும் அன்றைய இரவே இங்கிலாந்தை வந்தடைந்தேன் இங்கிலாந்தில் வந்தடைந்த எனக்கு அன்- றைய இரவு அனைத்து வகையிலும் உணவை சமைத்து உணவு விருந்தோம்பலை உன் தாய் கொடுக்க அதை உண்டுவிட்டு உன் தாயிடம் உரையாட சென்றேன் அப்-

பொழுது உன் தாய் கூறிய காரியத்தை கண்டு நானே அதிர்ந்து போய் நின்றேன். ரஜினி என் தாய் என்ன கூறினார்கள் கூறுங்கள் இப்போது அவர் எப்படி இருக்கிறார் சற்று பொறு தேவி கூறிக்கொண்டு தானே இருக்கிறேன் என்று கூறியபடியே நடந்ததை மேலும் கூறத் தொடங்கினான் அசோகன் உன் தாயோ என்னிடம் வந்து. மோசம் போய்விட்டோம் உங்களை நம்ப வைத்து கழுத்தை அறுத்து விட்டார்கள் என் மகள் ஜெர்மன் நாட்டில் சென்று சிறிது காலம் தங்கி இருந்தார் அல்லவா அப்போது அந்நாட்டி- லுள்ள இளவரசன் என் மகளின் மீது மோகம் கொண்டு இருந்தான். மேலும் அவன் எங்களுக்கு உதவுவது போல் நடித்து எங்கள் ராஜ்ஜியத்தில் இருக்கும் அனைத்து ராஜ விஷயங்களையும் பிரான்ஸ் நாட்டிற்கு பகிர பிரான்ஸ் நாட்டில் இருக்கும் வீரர்களோ எங்கள் நாட்டின் மீது படை எடுக்க தொடங்கினார்கள் முதலில் நண்பராக இருந்த பிரெஞ்சு தேசம் எங்கள் மீது பழைய எடுப்பதை கண்டறிந்த என் கணவரோ அந்நாட்டின் மீது படையெடுக்க தொடங்க எங்கள் நாட்டில் உள்ள அனைத்து விஷயங்களும் அவர்- களுக்கு எப்படியோ தெரிந்து கொண்டே இருக்கிறது என்- பதனை அறிந்த நான் யார் அதை செய்து கொண்டி- ருக்கிறார்கள் என்பதை கண்டறிய முற்பட்டேன் அப்போது அரண்மனையின் மீதி தனியாக கதிர்நிலவன் அவன் நின்று கொண்டிருந்தான் அவன் என்ன செய்கிறான் என்பதை அறிய நான் அங்கே சென்றபோது அவனை நோக்கி ஒரு பறவை வந்தது அவரின் காலில் ஏதோ ஒரு செய்தி குறிப்- பிட்டிருந்தது அதை அவன் எடுத்துவிட்டு அப்படத்தின் காலில் மறு செய்தியை எழுதி தூது அனுப்புகிறான் இவன் யாருக்கு தூது அனுப்புகிறான் எதைப் பற்றி கூறுகிறான் என்பதை நான் அறிந்து கொள்ள இதைப்பற்றி என்பவரி- டம் முறையிட்டேன் ஆனால் என் படைத்தலைவர் ரோ அது எல்லாம் எனக்குத் தேவையில்லை என்று சொல்லி- விட்டு மறுக்க. நானோ மூத்த மந்திரி யாரிடம் முறையிட்- டேன் ஆனால் மூத்த மந்திரி யாரோ அரசருக்கு தெரி-

யாமல் என்னை பிடித்து சிறையில் வைக்க அரசர் அன்று இரவே நான் இல்லாததை கண்டறிந்து என்னை ராஜ்ய முழுவதும் தேடும் பணியில் இருந்தார். அரசர் என்னை கண்டறிந்துவிட்டால் அனைத்து விஷயங்களும் கெட்டுவி-டும் என்று அறிந்த கதிர்நிலவன் அவனை கொலை செய்-துவிட்டு என்னை விடுவித்து அரசரின் நான் கொலை செய்தேன் என்று பழியை தூக்கி என் மீது சுமத்த. நானோ என்ன செய்வது என்று தெரியாமல் மூத்த மந்திரி யாரி-டம் இதைப்பற்றி முறையிட்டேன் ஆனால் மூத்த மந்-திரி அவளும் அவனும் கூட்டாளி என்பதை நான் பிறகு தான் அறிந்தேன் மறுநாள் காலையிலோ மக்களவையில் என்னை நிறுத்தி அரசரின் மரணத்திற்கு காரணம் நான் தான் என்று என் மீது வீண் பழி சுமத்தினார்கள். என்று என்னிடம் கூறினார்.

அதுமட்டுமின்றி உன் தாயோ அவர்களுடைய படையை நான் வழிநடத்தி இப்போரில் எப்படியாவது வெற்றி பெற வேண்டும் என்று நான் அரண்மனையை வந்தடைந்த அன்று இரவே என்னை அழைத்து தளபதியாக நியமித்-தார். சரி என்று அப்பொழுது தான் நான் கதிர்நிலவன் மற்றும் அவனுடைய தமிழனை பற்றி உங்களுக்கு தூதுவ எழுதி அனுப்பினேன். ஆனால் உங்களிடம் இருந்து எனக்-கும் வருத்துவது எதுவும் வராத காரணத்தினால் என்னை தேடி தாங்கள் இங்கு தான் வருவீர்கள் என்று இந்த வழக்-கிலே தங்கிவிட்டேன் இரவு நான் பாடகிக்கு தலைமை தாங்குவதாக ராணி கூறினார் மறுநாள் காலையிலோ நான் மற்றும் ராணி படைவீரர்களை சந்திப்பதற்காக பயிற்சிக் கூடத்திற்கு சென்று இருந்தோம் அப்போது அங்கு மறைந்-திருந்த கதிர்நிலவன் தன் கையில் வைத்திருந்த ஈட்டி-யால் உன் தாயை கொலை செய்து விட்டான். என்னையும் அவன் தாக்க முற்பட்டான் ஆனால் அங்கிருந்த ஒரிரு வீரர்களின் உதவினால் நான் அங்கிருந்து தப்பித்து உன் அன்பிற்கு வந்து யாரும் அறியாத ஒரு சராசரி மனி-தன் போல் வாழ்ந்து இருந்தேன். எப்படியாவது உண்மை-

யும் சுவையும் கண்டறிய வேண்டும் என்று நான் இங்கும் அங்குமாக அலைந்துக் கொண்டு இருந்தேன் எப்படியோ ஒருவழியாக இருவருமே என்னை தேடி வந்து விட்டீர்கள் அனைவரும் சந்தித்து விட்டோம் இனி இந்த ராஜ்யம் எவையும் எனக்கு வேண்டாம். என்று அசோகன் கூறிக் கொண்டிருக்கும் பொழுதே எவ்ளின் நம் நாட்டில் ஒரு படைக்கு தலைமை தாங்கி அப்படையில் வெற்றி பெறவும் செய்தார் அதுமட்டுமின்றி உங்கள் தாயோ எவ்ளினை உங்கள் மனைவியாக ஏற்க வில்லை மற்றும் அவர் உங்களையும் மகனாக ஏற்கவில்லை இப்பொழுது நாம் எங்கு செல்வது? அதைப்பற்றிய கவலை உனக்கு வேண்டாம் இதோ என் தாயிடம் நான் தான் எவ்ளினின் மீதி கோபம் இருப்பதுபோல் நடிக்குமாறு தூதுவ எழுதி அனுப்பினேன் ஏனெனில் என் தாய் இருக்கும் அந்த தேசத்தில் தான் என் மனைவிக்கு அணைத்து பாதுகாப்பும் இருக்கிறறது என்பதை நான் அறிந்தேன் அதனால்தான் என் தாயிடம் நான் அப்படி நடக்குமாறு தூது அனுப்பினேன் அதுமட்டுமின்றி நீங்கள் சென்ற கப்பல் கடலிலே விபத்துக்குள்ளாகி இருக்கோமே? என்று அசோகன் வேணவா ஆமாம் இது எப்படி உங்களுக்கு தெரியும் என்று அதிர்ந்து போனால் ஜோ! ஆமாம் கவிநிலவன் அக்கு கதிர்நிலவன் போல் நான் தான் ஒரு தூதர் அவர்கள் வந்த கப்பலை எப்படியாவது தீ வைத்து எரித்து விட்டு போர்க் கப்பல் விபத்துக்குள்ளாகி யதாக செய்தியைப் பரப்பும் படி கூறினேன் அப்பொழுதுதான் எவருக்கும் நம் மீது சந்தேகம் வராது என்பதற்காக நான் அப்படி செய்தேன் என்று கூற.

அய்யனே அது சரி இப்பொழுது என் தாய் இல்லையெனில் என் ராஜ்யத்தை இப்பொழுது யார் ஆட்சி செய்து கொண்டிருக்கிறார்கள் என்று எவ்ளின் வினவ வேறு யாருமில்லை தேவி இப்பொழுது உன் தங்கை பிரின்சி தான் உன் ராஜ்யத்தை இப்பொழுது ஆண்டு கொண்டிருக்கிறார். அடடா ஏதோ தெரிந்தோ தெரியாமலோ வெளியில் வந்து சிக்கிக் கொண்ட ஒரு ராஜ்யத்தில் ஆள்வதில் இவ்வளவு

சிக்கல்கள் இருக்கிறதா வெளியிலிருந்து பார்ப்பதற்கு தான் ராஜ பரம்பரை என்று தெரிகிறது ஆனால் உள்ளுக்குள் வந்தால் தான் இவ்வளவு கஷ்டங்கள் இருப்பதை தெரிந்து கொள்ள முடிகிறது இனிமேலும் எனக்கு இந்த பதவி- யும் வேண்டாம் ராஜ்யமும் வேண்டாம் எதுவும் வேண்டாம். உன்னையும் நான் கட்டாயப்படுத்த மாட்டேன் உனக்கு வேண்டுமாயின் என்னுடன் வா இல்லையெனில் சென்று உன் தங்கையுடன் நாட்டை ஆளு என்று என்னை பார்த்து அசோகன் கூற ஐயனே எனக்கோ ராஜ்யம் வேண்டாம் ராஜா வாழ்க்கையே வேண்டாம் என்று கூறி தான் தான் உங்களை காதலித்து உங்களை திருமணம் செய்து கொண்- டேன் ஆனால் நீங்கள் என்னை திரும்பவும் அங்கேயே செல்ல சொல்கிறீர்களே இது எப்படி நடந்தது அனைத்தை- யும் ஒரு கனவாக நினைத்து மறந்து விடுவோம் வாருங்கள் நாம் உங்களுடைய தேசத்திற்குச் சென்று அங்கேயே விவ்- லோழ்வோம் கொள்வோம் என்று எவ்ளின் கூறிக்கொண்டி- ருக்கும் போதே அந்த ராஜ்யத்தில் ஓ ஜோசப், நிர்மல் மட்- டும் போலந்து நாட்டு தளபதியை தூக்கிலிட்டு விட்டோம் என்று முரசு முழங்க அசோகன் பிறந்த குழந்தை எவ்ளின் மற்றும் ஜோக் அங்கிருந்து தம் தாயகம் ஆகிய தமிழகத்- திற்கு வந்து ஒரு சராசரி மனிதராகவே தங்கள் வாழ்க்- கையை வாழத் தொடங்கினார்கள்.

9 798886 844368